24.35

PL
702
.Z32
990

Colorado Christian Univ
Library
180 S. Garrison
Lakewood, Colorado 80226

D0479774

JIFUNZE KISWAHILI CHETU

Workbook

Vol. 2: Learn Our Kiswahili

Sharifa M. Zawawi

Africa World Press, Inc.

P.O. Box 1892
Trenton, NJ 08607

P.O. Box 48
Asmara, ERITREA

Africa World Press, Inc.

P.O. Box 1892
Trenton, NJ 08607

P.O. Box 48
Asmara, ERITREA

Copyright © 1990 Sharifa Zawawi
6th Printing 1998 Africa World Press, Inc. edition

All rights reserved. No part of this publication may be repro-
duced, stored in a retrieval system or transmitted in any form or
by any means electronic, mechanical, photocopying, recording
or otherwise without the prior written permission of the pub-
lisher.

Cover design: Jonathan Gullery

Library of Congress Catalog Card Number: 90-81571

ISBN: 0-86543-175-2 Paper

YALIYOMO *CONTENTS*

UTANGULIZI *INTRODUCTION*

Tamrini hizi ni za kukupa wewe mwanafunzi mazoezi katika kuzidi kujisikia, kusema, kuandika na kusoma Kiswahili. Ni muhimu sana kuweza kuisikia na kuitamka lugha barabara. Huu ndiwo msingi wa kukuzowesha kueleweana na wasemaji wa lugha yoyote. Lakini kiwango hiki cha ujuzi wa lugha hakifikiliwi ila baada ya kujizoweza kwa kutosha. Kitabu hiki kitakuwezesha kujiendeleza katika kazi hiyo kwa uwezavyo wewe mwenyewe.

Tamrini hizi zinaongeza mazoezi ya *Kiswahili kwa Kitendo* lakini hazirudii yale yale, yaliyomo katika kitabu hicho.

This workbook is to provide you, the learner, with more exercises in hearing yourself, speaking, writing and reading the Swahili language. It is very important that you hear and pronounce the language correctly. This is the basis for communicating with speakers of any language. But this level of knowledge of the language is not reached except after adequate and intensive practice. Therefore, this book enables you to continue working at your own pace.

The workbook is an extension of the exercises in Kiswahili kwa Kitendo, but does not repeat the same.

1 HUJAMBO? *HOW ARE YOU?*

Hujambo mama/bwana?   Sijambo.
Habari?   Nzuri.
Tafadhali kaa kitako mama/bwana.   Ahsante/Asante mama/bwana.
Kwaheri.   Kwaheri.

I. Waulize hali watu hawa wafuatao: *Ask how are each of the following people*

    Kwa mfano *For example*:
      Hujambo Bi. Asha?

Mama	Bibi	Bwana	Bwana Ali	Bwana Daudi
Bi. Maryamu	Bi. Janet	Bwana Bob	Bwana Smith	Maryamu
Mama Asha	Baba Ali	Dada Asha	Da Asha	Kaka Ali
Rafiki	Mzee	Ndugu	Kaka	Dada
Mheshimiwa	Bibiye	Kimwana	Mama Ali	
Mamangu	Babangu	Dadangu	Kakangu	Mwanangu

II. Waulize habari watu hawo: *Ask those people the news.*

    Kwa mfano:
      Habari ndugu?

III. Unaonana nao asubuhi. Waulize habari. *You are meeting them in the morning. Ask them the news.*

    Kwa mfano:
      Habari za asubuhi Bi. Asha?
      Habari za asubuhi bibi?

IV. Unaonana nao alasiri au jioni. Waulize habari. *You are meeting them in the afternoon or evening. Ask them the news.*

    Kwa mfano:
      Habari za kutwa Bi. Asha?
      Habari za kutwa bibi?

V. Mwambie mtu akae kitako. *Ask someone to sit down.*

    Kwa mfano:
      Tafadhali kaa kitako, Bi. Asha.
      Tafadhali kaa kitako, Bwana Ali.

VI. Muage kila mtu. *Say goodbye to each person.*

    Kwa mfano:
      Kwaheri, Bi. Asha.
      Kwaheri, Bwana Ali.

VII. Kila mtu ajibu: *Each person to respond:*

    Kwaheri.

VIII. Waage wote: *Say goodbye to all of them:*

    Kwaherini.

IX. Give the Swahili equivalents to the following sentences.

    1. May I come in? *lit.: peace* _____

    2. Welcome. *lit.: approach* _____

    3. How are you, madam? _____

    4. I'm well. _____

    5. What's the news? _____

    6. Good. _____

    7. Please sit down. _____

    8. Thank you. _____

X. Give the English equivalents of the following sentences.

    1. Hodi. _____

    2. Karibu. _____

    3. Habari? _____

    4. Hujambo mama? _____

    5. Sijambo. _____

    6. Nzuri. _____

    7. Tafadhali kaa kitako. _____

    8. Ahsante. _____

    9. Kwaheri. _____

    10. Kwaherini. _____

XI. Sema: *Say:*

Habari za: nyumbani
              kazi
              watoto
              jamaa *relatives*
              masomo *studies*
              siku nyingi
              tangu jana
              leo

Hujambo?   *How are you? - singular*   Sijambo.
Hamjambo? *How are you? - plural*   Hatujambo.
Hajambo?   *How is he/she?*   Hajambo.
Hawajambo? *How are they?*   Hawajambo.
Bibi/Bwana hajambo?   Hajambo.
Wazazi hawajambo?   Hawajambo.
Watu nyumbani hawajambo?   Hawajambo.
Usiku mwema *Good night*

2 JINA LAKO NANI? JIJULISHE
WHAT'S YOUR NAME? INTRODUCE YOURSELF

I. Maliza sentensi hizi kwa kutumia bibi au bwana au mama. *Complete these sentences by using bibi or bwana or mama.*

Kwa mfano:
Asha ni bibi/mama.

1. Ali ni _____

2. Abudu ni _____

3. Maryamu ni _____

4. Daudi ni _____

5. Bob ni _____

6. Smith ni _____

7. Janet ni _____

8. Fatma/Fatuma ni _____

II. Waulize majina watu hawa wafuatao. *Ask the names of the following people.*

Kwa mfano:
Bibi, jina lako nani?

1. Bwana, _____

2. Mama, _____

3. Rafiki, _____

4. Dada, _____

5. Kaka, _____

6. Mwanangu, _____

7. Ndugu, _____

III. Maliza sentensi hizi zifuatazo kwa kutumia: lako, langu, lake, nani, au jina.
Complete these sentences by using yours, mine, his/her, who, or name.

1. Jina _____ Ali.

2. Jina _____ Maryamu.

3. _____ lako nani?

4. _____ langu Maryamu.

5. Jina _____ Maryamu?

6. Ndiyo, _____ langu Maryamu.

7. Dada huyu, _____ lake nani?

8. *Ndugu huyu, _____ lake nani?   *sibling*

9. Jina lake _____?

10. Bibi huyu, jina _____ nani?

11. _____ lake Maryamu.

IV. Andika maswali ya majibu haya yafuatayo. *Write the questions for which these are the answers.*

1. _____? Karibu

2. _____? Sijambo

3. _____? Nzuri

4. _____? Ali

V. Andika majibu ya maswali haya yafuatayo. *Write the answers to the following questions.*

1. Hodi? _____

2. Hujambo bwana? _____

3. Habari za kutwa? _____

4. Habari za *nyumbani? _____ *at home*

5. Habari za *siku nyingi? _____ *many days*

6. Jina lako nani? _____

7. Jina lako bwana Ali? _____

VI. Sema kwa sauti maswali hayo ya juu. *Say those questions above out loud.*

VII. Maliza sentensi hii kwa kutumia maneno haya yafuatayo: asubuhi, leo, kutwa, kazi, siku nyingi, tangu jana, nyumbani. *Complete these sentences using the following words or phrases: morning, today, all day, work, many days, since yesterday, at home.*

    Kwa mfano:
    Habari za asubuhi?

  1. Habari za_____?

  2. Habari za_____?

  3. Habari za_____?

  4. Habari za_____?

  5. Habari za_____?

  6. Habari za_____?

VIII. Maliza sentensi hizi kwa kutumia majina haya: Fatuma na Ali, Ali, Maryamu, Maryamu na Ali, Maryamu na Fatuma, Ali na Daudi. *Complete these sentences using these names.*

    Kwa mfano:
    Karibu Ali.
    Karibuni Ali na Daudi.

  1. Kwaheri _____.

  2. Kwaherini _____.

  3. Kaa kitako _____.

  4. Kaeni kitako _____.

  5.*Jibu _____. *Answer*

  6. Jibuni _____.

  7.*Uliza _____. *Ask*

  8. Ulizeni _____.

  9.*Sema _____. *Speak/say*

  10. Semeni _____.

  11.*Andika _____. *Write*

  12. Andikeni _____.

13.*Soma _____. *Read

14. Someni _____.

15.*Tafadhali _____. *Please

16. Tafadhalini _____.

17. Ngoja _____. *wait

18. Ngojeni _____.

IX. Write the English equivalent of:

1. Habari za asubuhi? _____

2. Habari za leo? _____

3. Habari za kutwa? _____

4. Habari za kazi? _____

5. Habari za siku nyingi? _____

X. Sema na andika kwa Kiswahili. *Say and write the Swahili equivalent.*

1. How is the news today? _____

2. How is the news this morning? _____

3. What's the news since I last saw you? (many days) _____

4. How is work? _____

5. How are those at home? _____

XI. Jibu maswali haya kwa kukubali. *Answer these questions affirmatively.*

Kwa mfano:
Bibi huyu, jina lake Asha? Ndiyo/naam, jina lake Asha.

1. Bibi huyu, jina lake Fatuma? _____

2. Bibi huyu, jina lake Halima? _____

3. Bibi huyu, jina lake Maryamu? _____

4. Bwana huyo, jina lake Daudi? _____

5. Bwana huyo, jina lake Rajabu? _____

6. Bwana huyo, jina lake Ali? _____

7. Bwana huyo, jina lake Bakari? _____

8. Dada huyu, jina lake nani? _____

9. Ndugu huyu, jina lake nani? _____

10. Mtoto huyu, jina lake nani? _____

11. Rafiki huyu, jina lake nani? _____

12. Mzee huyu jina lake nani? _____

XII. Sasa jibu maswali hayo kwa kukataa. *Now answer those questions negatively.*

Kwa mfano:
Hapana, jina lake si Asha. —au *or*— La, jina lake si Asha.

1. _____
2. _____
3. _____
4. _____
5. _____
6. _____
7. _____
8. _____
9. _____
10. _____
11. _____

XIII. Sema kwa Kiswahili. *Say in Swahili.*

1. Her name is not Asha.
2. His name is not Ali.
3. My name is not Maryamu.
4. Your name is not Daudi.

3 UNATOKA WAPI? *WHERE DO YOU COME FROM?*

U hali gani? Mzima
M hali gani? Wazima

I. A   Waulize hali watu hawa: *Ask these people how they are:*

mama, baba, bwana, bibi, Bi. Asha, kaka, dada, mzee (*elder*), ndugu,
Bwana Ali, Daudi, Maryamu, Bill, rafiki

Kwa mfano:
U hali gani mama?

1. _____ baba?

2. _____ mzee?

3. _____ bwana?

4. _____ ndugu?

5. _____ rafiki?

B   Kila mtu ajibu: Mzima.   *Each person answers: I'm fine.*

II. Waulize hali watu hawa: mabibi (*ladies*), mabwana, Bwana na Bibi, Ali, Bi.
Fatuma na Bwana Ali, Kinamama (*ladies*), mabibi na mabwana, Ndugu.

Kwa mfano:
M hali gani mabibi?
Wajibu: Wazima.   *Let them answer: We are fine.*

III. A   Waulize watu hawa wafuatao swali hili: unatoka wapi? *Ask the following*
          people this question.
          mama, bwana, Bi. Maryamu, Bwana Daudi, mtoto, mama Asha, baba Ali,
          ndugu, dada, mzee, rafiki.

          Kwa mfano:
              Mama, unatoka wapi? —au *or—* Unatoka wapi, mama?

      B   Kila mtu ajibu: *Each person to answer:*

Ninatoka _____.

                                  —au *or—*

Natoka _____.

IV.   Uliza swali hili hili juu ya watu hawa hawa. *Use the same question to ask*
      about these same people.

          Kwa mfano:
              Mama anatoka wapi?
              Kila mtu ajibu: *Each person answers:*

              Anatoka _____.

V.   Jibu swali hili, "Unatoka wapi?" kwa kutumia maneno haya: *Answer this*
      question by using these words:
          dukani (*store*), nyumbani, kazini, darasani (*class*), chuokikuu (*university*),
          Tanzania, Kenya, Marekani, Uingereza, Manhattan, Ufaransa, Ulaya,
          Moshi, mjini (*from the town*), Uganda.

          Kwa mfano:
              Unatoka wapi? Ninatoka dukani/Natoka dukani

VI.   Jibu swali hili, "Unakaa wapi?" kwa kutumia: *Bronx, Manhattan, Queens,
      London, Dar-es-Salaam, Mombasa, Makadara, Kibokoni, Mnazimmoja, Vuga,
      Kisutu, Kariakoo, Malindi. *All these are names of places. Some are in East*
      Africa.

          Kwa mfano:
              Unakaa wapi? Ninakaa Bronx/Nakaa Bronx

VII. A   Jibu swali hili, "Unasema lugha gani?" kwa kutumia lugha hizi: *Answer*
          this question using these languages: Kiswahili, Kiarabu (*Arabic*),
          Kifaransa (*French*), Kiingereza (*English*), Kihindi (*Indian*), Kikikuyu
          (*Kikuyu*), Kihispania/Kispenish, Kisomali, Kiyoruba, Kihausa, Kirusi,
          Kireno (*Portuguese*), Kijerumani.

Kwa mfano:
Unasema lugha gani? Ninasema Kiswahili/Nasema Kiswahili

B   Jibu swali hili, "Unaandika lugha gani?" kwa kutumia lugha hizo hizo. *Answer this question, "What language are you writing?" by using the same languages.*

Kwa mfano:
Unaandika lugha gani? Ninaandika Kiswahili/Naandika Kiswahili

C   Jibu swali hili, "Unasoma lugha gani?" kwa kutumia lugha hizo hizo. *Answer this question, "What language are you reading?" by using the same languages.*

Kwa mfano:
Unasoma lugha gani? Ninasoma Kiswahili/Nasoma Kiswahili

D   Jibu swali hili, "Unajua lugha gani?" kwa kutumia lugha hizo hizo. *Answer this question, "What language do you know?" by using the same languages.*

Kwa mfano:
Unajua lugha gani? Ninajua Kiswahili/Najua Kiswahili

E   Jibu swali hili, "Unafahamu lugha gani?" kutumia lugha hizo hizo. *Answer this question, "What language do you understand?" by using the same languages.*

Kwa mfano:
Unafahamu lugha gani? Ninafahamu Kiswahili/Nafahamu Kiswahili

F   Jibu swali hili, "Unajifunza lugha gani?" kutumia lugha hizo hizo. *Answer this question, "What language are you studying?" by using the same languages.*

Kwa mfano:
Unajifunza lugha gani? Ninajifunza Kiswahili/Najifunza Kiswahili

VIII.   Badilisha sentensi hizi kuwa Bwana Ali. *Change these sentences to refer to Bwana Ali.*

Kwa mfano:
Ninatoka Afrika = Bwana Ali anatoka Afrika

1. Ninatoka Amerika = _____

2. Ninatoka Uingereza = _____

3. Ninatoka kazini sasa = _____

4. Ninatoka chuokikuu = _____

5. Ninatoka nyumbani = _____

6. Ninakaa Manhattan sasa = _____

7. Ninakaa Makadara = _____

8. Ninakaa hoteli = _____

9. Ninakaa hoteli ya Hilton = _____

10. Ninakaa hoteli ya Kilimanjaro = _____

11. Ninakwenda shule ya Marangu = _____

12. Ninakwenda chuokikuu = _____

13. Ninakwenda nyumbani = _____

14. Ninakwenda kazini = _____

15. Ninakwenda hoteli = _____

16. Ninakwenda darasani = _____

17. Ninakwenda mchezoni = _____

IX. Tumia sentensi hizi zilizotangulia kwa kuuliza maswali. *Use the above statements to ask questions.*

Kwa mfano:
1. Unatoka Afrika?
2. Unakaa Manhattan sasa?
3. Unakwenda shule gani?
4. Unakwenda shule ya Marangu?
5. Unasoma shule?

X. Jibu maswali yafuatayo kwa kutumia "Ndiyo . . ." Halafu tumia "Naam . . ." *Answer the questions using "Ndiyo." Then use "Naam."*

Kwa mfano:
      Je, Bwana Ali anatoka Kenya?
Jawabu: Ndiyo, Bwana Ali anatoka Kenya.
           Naam, Bwana Ali anatoka Kenya.

1. Je, Bwana Ali anatoka kazini sasa?

_____

_____

2. Je, Bwana Ali anatoka chuokikuu?

_____

_____

3. Je, Bwana Ali anakaa hapa?

_____

_____

4. Je, Bwana Ali anakaa Manahattan sasa?

_____

_____

5. Je, Bwana Ali anakaa hoteli hii?

_____

_____

6. Je, Bwana Ali anakaa hoteli ya Kilimanjaro?

_____

_____

7. Je, Bwana Ali anakaa hapa sasa?

_____

_____

8. Je, Bwana Ali anakwenda chuokikuu sasa?

_____

_____

9. Je, Bwana Ali anakwenda kazini sasa?

_____

_____

XI. Tumia katika sentensi vitendo hivi: -toka, -kaa pamoja na watu hawa. *Use these verbs in sentences together with these people.*

    Kwa mfano:
       1. Bi. Asha anasema Kiswahili.
       2. Bi. Asha anatoka nyumbani.
       3. Bi. Asha anakaa Makadara.

1. Mimi ninasema

2. _____

3. _____

1. Wewe unasema

2. _____

3. _____

1. Yeye anasema

2. _____

3. _____

4 RAFIKI WAWILI *TWO FRIENDS*

I. Muulize Bwana Daudi maswali haya. *Ask Bwana Daudi these questions.*

   Kwa mfano:
   Anatoka wapi? Unatoka wapi Bwana Daudi?

   1. Anakaa wapi sasa? _____

   2. Anajifunza wapi? _____

   3. Anajifunza darasa gani? _____

   4. Anajifunza lugha gani? _____

   5. Anasema lugha gani? _____

   6. Anajua lugha gani? _____

   7. Anakwenda wapi? _____

   8. Anataka kitu gani? _____

   9. Anapenda chakula gani? _____

   10. Anahitaji nini? _____

   11. Anasema nini? _____

   12. Anapenda nini? _____

   13. Anataka nini? _____

   14. Anasoma nini? _____

II. Badilisha sentensi hii, "Ninatoka Arusha" kwa kutumia vitendo hivi: -kaa, -jifunza, -fundisha, -enda, -ishi (*live*), -soma. *Change this sentence, "Ninatoka Arusha" by using these verbs.*

   1. -kaa _____

   2. -jifunza _____

   3. -fundisha _____

   4. -enda _____

   5. -ishi _____

   6. -soma _____

III. Andika maswali ya majibu haya. *Write the questions for these answers.*

1. _____?
   Mzima.

2. _____?
   Ninatoka kazini.

3. _____?
   Ninajifunza chuokikuu.

4. _____?
   Najifunza Historia na Kiswahili.

5. _____?
   Ninasema Kiingereza.

6. _____?
   Ninajua Kiswahili kidogo.

7. _____?
   Ndiyo, anasema Kiswahili kidogo.

8. _____?
   Hapana, jina lake si Ali.

9. _____?
   Anakaa hoteli ya Kilimanjaro.

10. _____?
    Jina lake Bi. Asha.

11. _____?
    Anatoka Mombasa.

IV. Jifunze maneno haya halafu andika maana yake kwa Kiingereza. *Study and translate.*

1. Tafadhali sema pole pole.

_____

2. Tafadhali sema tena./Tafadhali rudia.

_____

3. Unasemaje "university" kwa Kiswahili?

_____

4. Sifahamu.

_____

V. Maliza sentensi hizi kwa kutumia: wapi, nani, gani, au nini. *Complete these sentences by using "wapi," etc.*

1. Unakaa _____?

2. Unatoka _____?

3. Unajifunza lugha _____?

4. Unajifunza darasa _____?

5. Jina lako _____?

6. Bwana huyu jina lake _____?

7. Mama Fatuma anasema _____?

8.*Mwalimu huyo anafundisha _____? *teacher

9. Je, wewe unajifunza chuokikuu _____?

10. Ndugu huyu anatoka_____?

VI. Andika sentensi hizi kuwa mtu wa pili. *Write these sentences in the second person.*

    Kwa mfano:
     Ninakaa Manhattan = Unakaa Manhattan.

1. Ninatoka nyumbani = _____

2. Ninakwenda kazini = _____

3. Ninasema Kiingereza = _____

4. Ninakaa hoteli ya New Afrika = _____

5. Ninajifunza chuokikuu = _____

6. Ninajua Kiingereza = _____

7. Ninakwenda darasani = _____

8. Ninafahamu Kiswahili = _____

9. Ninasoma chuokikuu = _____

VII. Tumia sentensi ulizoziandika kuwa maswali. *Use the above sentences to make questions.*

    Kwa mfano:
     Unakaa Manhattan = Unakaa Manhattan?

VIII. Badilisha sentensi za nambari ya 6 kwa kutumia "Bwana Bakari." *Change the sentences in number VI to apply to "Bwana Bakari."*

    Kwa mfano:

Bwana Bakari anakaa Manhattan.

IX. Andika majibu ya maswali haya. *Write the answers to these questions.*

1. Uhali gani? _____

2. Unatoka wapi? _____

3. Unajifunza wapi? _____

4. Unajifunza nini? _____

5. Unasema lugha gani? _____

6. Unajua pia lugha gani? _____

7. Je, Bwana huyu anasema Kiswahili? _____

8. Je, jina lake Ali? _____

9. Anatoka wapi? _____

10. Anataka nini? _____

X. Badilisha sentensi hii ifuatayo kwa kutumia: pili, tatu, nne, tano. *Change this sentence by using "pili," etc.*

1. Ninajifunza somo la kwanza.

_____

2. Mwalimu huyu anafundisha darasa la kwanza.

_____

3. Ninakwenda darasa la kwanza.

_____

4. Andika jina la kwanza.

_____

5.*Ingia duka la kwanza. *enter*

_____

XI. Maliza sentensi ifuatayo kwa kutumia maneno haya: *Change the following sentence by using these words:*
kazi, darasa, shule, duka (*store*) maktaba (*library*), nyumba, chuokikuu, soko (*market*), hospitali, bengi (*bank*), Arusha.

Kwa mfano:
Ninatoka kazini.

1. Ninatoka _____.

2. Ninatoka _____.

3. Ninatoka _____.

4. Ninatoka _____.

5. Ninatoka _____.

6. Ninatoka _____.

7. Ninatoka _____.

8. Ninatoka _____.

9. Ninatoka _____.

10. Ninatoka _____.

XII.   Maliza sentensi ifuatayo kwa kutumia maneno haya: *Complete the following sentence by using these words:*

elimu *education*   lugha *language*
historia   sanaa *art*
biashara *business*   Kiswahili
sheria *law*   falsafa *philosophy*
utibabu *medicine*   ualimu *teaching*
uhandisi *engineering*   uchumi *economics*
uuguzi *nursing*   ujenzi *architecture*
hisabati *mathematics*   hesabu *accounting*
uangalizi *management*   idhaa *broadcasting*
kufasiri *translation*   kuhariri *editing*
tahjia *spelling*   fizikia *physics*
kemia *chemistry*   mantiki *logic*
elimumsitu *forestry*   uhandisi wa umeme *electrical engineering*
mawasiliano *communication* uhandisi wa viwanda *industrial engineering*
uchambuzi *analysis*   silka *behavior*
isimu *linguistics*   utafiti *research*

Ninajifunza _____.

XIII. Jibu maswali haya kwa Kiswahili.

   Kwa mfano:
      Unatoka wapi? Ninatoka maabarani (*laboratory*).

   1. Unatoka wapi? _____

   2. Unajifunza wapi? _____

3. Unajifunza nini? _____

4. Unajifunza lugha gani? _____

5. Unakwenda wapi? _____

XIV. Answer the following questions using the given subjects.

1. Mimi ninajifunza Hesabu. Wewe unajifunza nini?

Education _____

2. Mimi ninajifunza Kiswahili. Wewe unajifunza nini?

Arabic _____

3. Mimi ninajifunza Uchumi. Wewe unajifunza nini?

Business _____

4. Mimi ninajifunza Uhandisi. Wewe unajifunza nini?

Economics _____

5. Mimi ninajifunza Elimu ya nafasi. Wewe unajifunza nini?

Science _____

6. Mimi ninajifunza Biashara. Wewe unajifunza nini?

Engineering _____

XV. A   Andika neno la Kiswahili na nambari yake. *Write the Swahili word and its numeral.*

1.   moja _____

     mbili _____

     tatu _____

     nne _____

     tano _____

2.   Somo la kwanza _____

     Somo la pili _____

     Somo la tatu _____

     Somo la nne _____

     Somo la tano _____

3. Darasa la/ya kwanza _____

    Darasa la/ya pili _____

    Darasa la/ya tatu _____

    Darasa la/ya nne _____

    Darasa la/ya tano _____

4. Tarehe ya kwanza _____

    Tarehe ya pili _____

    Tarehe ya tatu _____

    Tarehe ya nne _____

    Tarehe ya tano _____

B   Endelea kuandika na kuhesabu. *Continue to write and count.*

    sita _____   saba _____

    nane _____   tisa _____

    sufuri/sifuri _____

5 UNAFANYA NINI HAPA? *WHAT ARE YOU DOING HERE?*

I. Soma maelezo haya halafu jibu maswali yafuatayo. *Read the account and then answer the questions which follow.*

Huyu ni mwalimu. Jina lake Daudi bin Rajabu. Yeye anatoka Tanga na sasa anakaa Manhattan. Anafundisha chuokikuu. Anafundisha Historia ya Afrika na Kiswahili. Yeye anakwenda kazini sasa. Leo anafundisha darasa la Kiswahili. Atafundisha somo la kwanza.

1. Huyu ni nani? _____

2. Jina lake Juma? _____

3. Yeye anatoka wapi? Na sasa anakaa wapi? _____

    _____

4. Anafanya kazi gani? _____

5. Anafundisha darasa gani? _____

6. Anafundisha somo gani? _____

7. Sasa anakwenda wapi? _____

II. Maliza maswali haya kwa kutumia ana- na uyajibu. *Complete these questions by using "ana-" and then give their responses.*

1. Mwanafunzi huyu _____-jifunza nini?

    _____

2. Mwalimu huyu _____-fundisha nini?

    _____

3. Bwana Ali _____-fanya nini?

    _____

4. Mama _____-sema nini?

    _____

5. Mtoto huyo _____-jifunza wapi?

    _____

6. Bibi huyo _____-kaa wapi?

7. Bwana huyo _____-kwenda wapi?

8. Mama huyo _____-toka wapi?

III. Badilisha sentensi hizi ziwe za kukataa/kukana. *Change the following sentences into the negative.*

A   Kwa mfano:
      Ninatoka Marekani. Sitoki Marekani.

1. Ninakaa Manhattan. _____

2. Ninasema Kiswahili. _____

3. Ninajifunza Kifaransa na Kiingereza. _____

4. Ninakwenda nyumbani sasa. _____

5. Ninakuja shule asubuhi. _____

6. Ninatoka maktabani. _____

B   Kwa mfano:

      Yeye anatoka Tanzania. Yeye hatoki Tanzania.

1. Yeye anatoka Kenya. _____

2. Yeye anajifunza Elimu ya siasa. _____

3. Yeye anakwenda maktabani sasa. _____

4. Yeye anafanya kazi hapa. _____

5. Yeye anataka chakula. _____

IV. Jibu maswali haya kwa kukubali. *Answer these questions affirmatively.*

    Kwa mfano:
      Unatoka Marekani? Ndiyo, ninatoka/natoka Marekani.

1. Unakaa Manhattan? _____

2. Unasema Kiswahili? _____

3. Unajifunza Historia ya Afrika? _____

4. Unakwenda nyumbani sasa? _____

5. Unakuja shule asubuhi? _____

6. Unatoka maktabani sasa? _____

7. Unaishi Nairobi siku hizi*? _____ *these days

8. Yeye anatoka Kenya? _____

9. Yeye anajifunza Elimu ya siasa? _____

10. Yeye anakwenda maktabani sasa? _____

11. Yeye anafanya kazi hapa?_____

12. Yeye anahitaji kitu?_____

V. Jibu maswali hayo kwa kukataa. *Answer the above questions negatively.*

    Kwa mfano:
      Unatoka Marekani? Hapana, *mimi* sitoki Marekani.

VI. A Badilisha mtu wa tatu kuwa wa pili. *Change the third person to the second person.*

    Kwa mfano:
      Hatoki shule sasa? = Hutoki shule sasa?

1. Hakai hapa New York? = _____

2. Hasemi Kiswahili sana? = _____

3. Haendi nyumbani leo? = _____

4. Hafahamu swali langu? = _____

5. Haji chuokikuu jioni? = _____

6. Hajifunzi sana maktabani? = _____

7. Hafanyi kazi hapa? = _____

8. Hajui jina langu? = _____

9. Hataki chakula? = _____

10. Haingii maabarani? = _____

B Badilisha mtu wa pili kuwa wa kwanza. *Change the second person to the first person.*

    Kwa mfano:
      Hutoki shule sasa. = Sitoki shule sasa.

1. Hukai hapa New York. = _____

2. Husemi Kiswahili sana. = _____

3. Huendi nyumbani leo. = _____

4. Hufahamu swali lake. = _____

5. Huji chuokikuu jioni. = _____

6. Hujifunzi sana maktabani. = _____

7. Hufanyi kazi hapa. = _____

8. Hujui jina langu. = _____

9. Hutaki chakula sana. = _____

10. Huingii maabarani. = _____

VII. Zipange sentensi hizi moja ya kukubali na ya pili ya kukataa. *Rearrange these sentences matching the affirmative and negative pairs.*

1. Ninatoka nyumbani.   Sikai nyumbani.
2. Ninakaa nyumbani.   Siendi kazini.
3. Ninajifunza chuokikuu.   Sitoki nyumbani.
4. Ninakwenda kazini.   Hatoki kazini.
5. Anatoka nyumbani.   Haendi darasani.
6. Anatoka kazini.   Hatoki nyumbani.
7. Anakwenda darasani.   Sijifunzi chuokikuu.
8. Unatoka nyumbani.   Hukai hapa.
9. Unakaa hapa.   Huendi nyumbani.
10. Unakwenda nyumbani.   Hutoki nyumbani.

VIII. Badilisha sentensi hizi ziwe za kukataa. *Change these sentences into the negative.*

1. Ninatoka maktabani. _____

2. Yeye anakaa hapa sasa. _____

3. Asha anakwenda kazini. _____

4. Asha anataka kitu. _____

5. Ali anasema neno (*word*). _____

6. Ninafahamu Kiswahili sana. _____

7. Unakwenda kazini leo? _____

8. Unasema Kiingereza? _____

9. Unajua jina langu? _____

10. Unataka chakula? _____

IX. Andika maswali ya majibu haya. *Provide the questions for these responses.*

1. _____?
   La, sitoki Marekani. Natoka Uingereza.

2. _____?
   La, sitoki kazini. Natoka sokoni.

3. _____?
   Sisemi sana lakini, nafahamu kidogo.

4. _____?
   Hapana, hakai Manhattan.Anakaa Queens.

5. _____?
   Hapana, sifundishi shule. Najifunza chuo kikuu.

6. _____?
   Nakwenda maktabani.Siendi nyumbani.

7. _____?
   Hapana, Bi. Asha hatoki Dar es Salaam. Anatoka Mombasa.

8. _____?
   La, Bwana Ali hakai hoteli ya Kilimanjaro. Anakaa hoteli ya New Afrika.

9. _____?
   La, sitaki chakula. Ninahitaji maji.

10. _____?
    Sifanyi kitu. Ninapumzika (*resting*).

X. Fanya hesabu hizi. *Do these sums.*

   Kwa mfano:
   Moja na moja ni ngapi? Moja na moja ni

1. Moja na mbili ni _____

2. Moja na tatu ni _____

3. Moja na nne ni _____

4. Moja na tano ni _____

5. Moja na sita ni _____

6. Moja na saba ni _____

7. Moja na nane ni _____

8. Moja na tisa ni _____

XI. Badilisha maneno yafuatayo kwa kutumia: *Change the following using*

"swali," etc.
swali, jina, neno, darasa, duka, soko, jumba (*building*), gari

1. Somo la kwanza
2. Somo la pili
3. Somo la tatu
4. Somo la nne
5. Somo la tano
6. Somo la sita
7. Somo la saba
8. Somo la nane
9. Somo la tisa
10. Somo la kumi

XII. Sema kwa Kiswahili

1. I'm studying the first lesson.
second
third
fourth
fifth

2. I'm learning the first word.
second
third
fourth
fifth

3. I'm answering the first question.
second
third
fourth
fifth

4. I know the first name.
5. I don't know the second name.
6. I'm going to the first store.
7. Ali is going to the second store.
8. Fatuma is going to the third store.
9. I'm going to the second market.

XIII. Badilisha maneno yafuatayo kwa kutumia: nyumba, nambari, njia (*road*), siku, tarehe, shule, lugha, saa, kazi, dawa (*medicine*), mbegu (*seed*)

A Hoteli ya kwanza
Hoteli ya pili
Hoteli ya tatu
Hoteli ya nne

Hoteli ya tano
Hoteli ya sita
Hoteli ya saba
Hoteli ya nane
Hoteli ya tisa
Hoteli ya kumi

B Ninataka kitabu cha kwanza. (*want*)
   Ninataka kitabu cha pili.
   Ninataka kitabu cha tatu.
   Ninataka kitabu cha nne.
   Ninataka kitabu cha tano.
   Ninataka kitabu cha sita.
   Ninataka kitabu cha saba.
   Ninataka kitabu cha nane.
   Ninatake kitabu cha tisa.
   Ninataka kitabu cha kumi.

   Ninajifunza chuokikuu cha City.
   Ninasoma kitabu cha Kiswahili.
   Ninapenda chakula cha kienyeji. (*local*)
   Ninataka kinywaji cha kienyeji. (*drink*)
   Ninataka chakula cha Kiafrika.

C Maliza sentensi hizi kwa kutumia la, ya, au cha. *Complete these sentences using "la", "ya", or "cha."*

1. Ninajifunza somo _____ pili. Sijifunzi somo tatu.

2. Ninakwenda chuokikuu _____ City.

3. Ninafahamu jina lake _____ kwanza.

4. Sifahamu jina lake _____ pili.

5. Mwanafunzi huyu anajifunza darasa _____ tatu. Hajifunzi darasa

   _____ pili.

6. Anafahamu swali _____ pili tu.

7. Ninajua neno _____ kwanza. Sijui neno _____ pili.

XIV. Jibu maswali haya kwa Kiswahili.

   1. Bwana huyu, jina lake nani? _____

   _____

   2. Yeye anatoka wapi? _____

   _____

3. Anafanya nini hapa? _____

_____

4. Anasema nini? _____

_____

5. Anasema na nani? _____

_____

6. Anataka nini? _____

_____

7. Unakwenda wapi sasa? _____

_____

8. Unakwenda na nani? _____

_____

9. Mwanafunzi yule anajifunza darasa gani? _____

_____

10. Nani anajifunza historia ya Afrika ya Mashariki? *East Africa* _____

_____

11. Unafahamu swali langu? _____

_____

12. Unakwenda kazini wakati gani? *time* _____

_____

6 MATAIFA *NATIONALITIES*

I. A Waamkie watu hawa: *Greet these people:*

mama	baba	bwana	bibi	Bi Fatuma
Ba Ali	Bwana Ali	Ma Fatuma	Mzee	Mzee Rajabu
mwalimu	dada	Da Fatuma	kaka	kaka Ali
Babangu	Mamangu			

Kwa mfano:

Shikamoo mama. (Au: Chechee mama. Au: Subalkheri mama. Au: Msalkheri.)

B Waulize hali watu hawo. *Ask them about their health.*

Kwa mfano:

Uhali gani mama? (Au: Unajionaje? *How do you feel?*)

C Waage watu hawo. *Say goodbye to them.*

Kwa mfano:

Kwaheri ya kuonana mama.

II. Jibu maswali haya kwa kutumia mimi; wewe; yeye. *Answer these questions using I/me; you; he/she, him/her.*

1. Nani anajifunza Kiswahili? mimi _____

wewe _____

yeye _____

2. Nani anasema Kiswahili? _____

_____

_____

3. Nani anafahamu Kiswahili? _____

_____

_____

4. Nani anatoka Afrika? _____

_____

_____

5. Nani anakaa Manhattan? _____

_____

_____

6. Nani anajifunza hapa? _____

_____

_____

7. Nani anataka kahawa? _____

_____

_____

8. Nani anapenda chai? _____

_____

_____

9. Nani anakwenda mchezoni? _____

_____

_____

10. Nani anafanya kazi Manhattan? _____

_____

_____

11. Unasema na nani? _____

_____

_____

12. Unakwenda na nani? _____

_____

_____

13. Unakaa na nani? _____

_____

_____

14. Mgeni huyu anakaa na nani? _____

_____

_____

15. Mgeni huyu anatoka na nani? _____

_____

_____

16. Mgeni huyu anahitaji nini? _____

_____

_____

III. A Maliza sentensi ifuatayo kwa kutumia maneno haya. *Complete the following sentence by using these words:*

Tanzania   Kenya   Jamaica   Swahili   Kikuyu
China   Faransa   Somali   Rusi   Hindi

    Kwa mfano:
    Mwalimu huyu ni Mtanzania.

Bwana huyu ni _____   Bwana huyu ni _____

        _____   _____

        _____   _____

        _____   _____

        _____   _____

B Maliza sentensi ifuatayo kwa kutumia: *Complete the following sentence using:*

Amerika/Marekani   Uingereza   Uganda   Arabu/Arabu(ni)

    Kwa mfano:
    Mwalimu huyu ni Mwafrika.

Bwana huyu ni _____

_____

_____

_____

IV. A Maliza sentensi hizi.

1. Mtu huyu anatoka Tanzania. Yeye ni _____

2. Mgeni huyu anatoka Marekani. Yeye ni _____

3. Bwana huyu anatoka Afrika. Yeye ni _____

4. Bibi huyu anatoka Uingereza. Yeye ni _____

5. Bwana huyu anasema Kiswahili. Yeye ni _____

6. Ndugu huyu anatoka Kenya. Yeye ni _____

B Maliza sentensi ifuatayo:
   Watu hawa wanasema lugha gani?

1. Mwingereza anasema _____

2. Mswahili anasema _____

3. Mkikuyu anasema _____

4. Mhausa anasema _____

5. Mrusi anasema _____

6. Mwarabu anasema _____

7. Mfaransa anasema _____

8. Mchina anasema _____

V. A Insert the correct pronoun:

1. _____ ninafanya kazi hapa.

2. _____ unafanya kazi hapa.

3. _____ anafanya kazi hapa.

4. _____ sifanyi kazi hapa.

5. _____ hufanyi kazi hapa.

6. _____ hafanyi kazi hapa.

B Insert the correct pronoun:

1. _____ ni mwalimu lakini sasa ninafanya kazi hapa.

2. _____ ni mwalimu lakini sasa unafanya kazi hapa.

3. _____ ni mwalimu lakini sasa anafanya kazi hapa.

4. _____ ni mwalimu lakini sasa sifundishi.

5. _____ ni mwalimu lakini sasa hufundishi.

6. _____ ni mwalimu lakini sasa hafundishi.

VI. Maliza sentensi hizi kwa kusema wewe ni nani. *Complete these sentences by saying who you are.*

Kwa mfano:
Mimi ni mwalimu. Mimi ni

Tumia maneno haya: *Use these words:*

mkalimani	*interpreter*
mfasiri	*translater*
mhariri	*editor*
mkulima	*farmer*
mwandishi	*writer*
mhandisi	*engineer*
mchumi	*economist*
mpima ardhi	*surveyor*
wakili	*lawyer*
balozi	*ambassador*
mbunge	*member of Parliament*
waziri	*minister*
katibu	*secretary*
mpigapicha	*photographer*
msaidizi	*assistant*
mkaguzi	*inspector*
mkurugenzi	*director*
seremala	*carpenter*
dobi	*laundry man*
mpishi	*cook*
mfanyajikazi/mfanyakazi	*employee*
mhadhiri	*lecturer*
mhasibu	*accountant*
mwenyekiti	*chairperson*

VII. Bwana huyu ni nani?

Yeye ni . . . .

VIII. Maliza sentensi hizi:

1. Anajifunza. Yeye ni _____

2. Anafundisha shule. Yeye ni _____

3. Analima shambani. Yeye ni _____

4. Anaandika. Yeye ni _____

5. Anapiga picha. Yeye ni _____

6. Anafanya biashara. Yeye ni _____

7. Anafundisha chuokikuu. Yeye ni _____

8. Anashauri wanafunzi. Yeye ni _____

9. Anapika. Yeye ni _____

10. Anasoma. Yeye ni _____

IX. Andika sentensi tano nyingine kama hizo za juu. Tumia maneno haya. *Write five sentences like those above. Use these words.*

mkuu wa kitivo	faculty dean
mweka hazina	treasurer
mtafiti	research worker
mdhibiti	controller
mratibu	coordinator

_____

_____

_____

_____

_____

X. Maliza sentensi hizi:

1. Mkulima anafanya kazi _____

2. Katibu anafanya kazi _____

3. Mhadhiri anafanya kazi _____

4. Mhandisi anajifunza _____

5. Mchumi anajifunza _____

6. Mfasiri _____ vitabu.

7. Mwandishi _____ vitabu.

8. Mpigapicha _____ picha.

9. Mpishi _____ chakula.

10. Mhariri _____ vitabu.

11. Msaidizi anasaidia _____.

12. Mwandishi anaandika _____.

13. Mkaguzi anakagua _____.

14. Mkulima analima _____.

XI. Jibu maswali haya:

1. Uhali gani? _____

2. Wewe ni nani? _____

3. Wewe ni mgeni hapa? _____

4. Wewe ni raia (*citizen*)? _____

5. Wewe ni mwenyeji? _____

6. Wewe ni mgeni au mwenyeji? _____

7. Unafanya nini hapa New York? _____

8. Unafanya kazi gani? _____

9. Unafanya kazi wapi? _____

10. Unafanya kazi na nani? _____

11. Utasafiri nchi gani? _____

12. Utasema lugha gani? _____

13. Waswahili wanasema lugha gani? _____

14. Watu wa Kenya wanasema lugha gani? _____

15. Watu wa Unguja wanasema lugha gani? _____

16. Rafiki yako anafahamu lugha gani? _____

17. Kwa nini mtu anajifunza lugha ya kigeni? _____

XII. Soma sentensi hizi na uzifasiri kwa Kiingereza:

1. Mimi ni Mmarekani si Mwingereza.

_____

2. Ninaishi New York lakini natoka Texas.

_____

3. Sasa nakwenda kazini.

_____

4. Kwaherini. Tutaonana halafu.

_____

7 BWANA ALI NA AILA/FAMILIA YAKE *BWANA ALI AND HIS FAMILY*

I. A Soma maelezo yafuatayo na ujaze sehemu tupu. *Read the following description and then fill in the blanks.*

Bwana Ali pamoja _____ mke wake na _____ wake _____

katika _____ cha kuzungumzia. Hawa ni Bwana Ali _____

Mama Ali.

Bwana Ali ni Mkenya. Yeye _____ Mombasa na sasa anakaa

_____. Amekaa kitini _____ gazeti. Leo hafanyi kazi.

Mama Ali _____ Tanzania. Hatoki Mombasa. Yeye _____

kitini anazungumza na mtoto wake. _____ ni msichana, si mvulana.

_____ lake Asha. Mvulana jina _____ Juma. _____

amekaa chini anasoma.

Juma _____ shule na _____ Elimu ya Hesabu, Kiingereza,

na Sanaa. Sasa anafanya _____ ya shule. Juma ni _____ si

mtumzima. Ni mvulana si _____.

Bwana Ali na aila/familia yake ni Waafrika.

B The following statements describe situations in the above description. Write in the blank whether they are true ("ni kweli") or untrue ("si kweli").

1. Bwana Ali anatoka Tanzania.   _____

2. Yeye ni Mkenya.   _____

3. Mama anasoma gazeti.   _____

4. Baba anazungumza na mtoto wake.   _____

5. Baba anazungumza na mvulana.   _____

6. Mama anazungumza na msichana.   _____

7. Mwanamume amekaa kitini.   _____

8. Baba amekaa kitini.   _____

9. Msichana anafanya kazi ya shule.   _____

10. Mvulana anafanya kazi ya shule. _____

11. Asha amekaa chini. _____

12. Mama ni Mmarekani. _____

13. Mvulana jina lake Asha. _____

14. Mvulana jina lake Juma. _____

15. Bwana Ali anazungumza na mke wake. _____

16. Watu hawa ni Wamarekani. _____

II. Andika kinyume cha haya. *Give antonyms.*

Kwa mfano:
mama - baba

1. mtoto - _____

2. msichana - _____

3. mwanamume/mwanamme - _____

4. mwalimu - _____

5. mgeni - _____

6. bibi - _____

7. kijana - _____

8. mwanamke - _____

9. mvulana - _____

10. dada - _____

11. mwanafunzi - _____

12. Mmarekani - _____

III. A Badilisha sentensi hizi kuwa "mimi." *Change these sentences to apply to "mimi."*

Kwa mfano:
Huyu ni mwanafunzi si mwalimu.
Mimi ni mwanafunzi si mwalimu.

1. Huyu ni Mmarekani si Mwingereza. _____

2. Huyu ni mtumzima si mtoto. _____

3. Huyu ni mwenyeji si mgeni. _____

4. Huyu ni mfanya biashara si mwalimu. _____

5. Huyu ni mtu si mnyama. _____

6. Huyu si mbwa wala paka. _____

7. Huyu si Mmarekani wala Mkanada. _____

8. Huyu ni raia si mgeni. _____

9. Huyu ni mkurugenzi si karani. _____

10. Huyu ni mwanasheria si mwalimu. _____

B Badilishi sentensi hizi kuwa "wewe." *Change to "Wewe."*

Kwa mfano:
Bwana Ali ni mwenyeji si mgeni.
Wewe ni mwenyeji si mgeni.

1. Bwana Ali ni mtumzima si mtoto. _____

2. Mama ni mkulima si mwalimu. _____

3. Bi Asha ni muuguzaji si mwalimu. _____

4. Mimi ni mgeni si mwenyeji. _____

5. Baba ni mkulima si mfanya biashara. _____

IV. Badilisha kuwa "hawa" na "wale."

Kwa mfano:
Huyu ni Mmarekani/*Mwamerika* na yule ni Mwingereza.
Hawa ni Wamarekani/*Waamerika* na wale ni Waingereza/Wangereza.

1. Huyu ni Mtanzania na yule ni Mkenya.

_____

2. Huyu ni mwalimu na yule ni mwanafunzi.

_____

3. Huyu ni mzee na yule ni kijana.

_____

4. Huyu ni Mwafrika na yule ni Mwamerika/*Mmarekani.*

_____

5. Huyu ni muuguzaji na yule ni daktari.

_____

6. Huyu ni mwalimu na yule ni mwanafunzi.

_____

7. Huyu ni mwanasheria na yule ni mkalimani.

_____

V. Andika wingi wa maneno haya yafuatayo. *Write the plural of these nouns.*

Kwa mfano:
Mtu - Watu

1. mtoto - _____

2. mgeni - _____

3. msichana - _____

4. Mzungu - _____

5. mtumzima - _____

6. mwanamume/mwanamme - _____

7. mwanamke - _____

8. Mmarekani - _____

9. Mwamerika - _____

10. Mwafrika - _____

11. mfanya biashara - _____

12. mtalii - _____

13. mwandishi - _____

14. mhandisi - _____

15. mchumi - _____

VI. Badilisha sentensi hizi kuwa wingi.

Kwa mfano:
Huyu ni msichana wa Kenya. Hawa ni wasichana wa Kenya.

1. Huyu ni mvulana wa Tanzania. _____

2. Huyu ni mtu wa Amerika. _____

3. Huyu ni mwenyeji wa Moshi. _____

4. Huyu ni mgeni wa Marekani. _____

5. Huyu ni mtoto wa hapa. _____

6. Yule ni mtoto wa Mombasa. _____

7. Yule ni mwanafunzi wa chuokikuu. _____

8. Yule ni mtalii wa Uingereza. _____

9. Huyu si mwanafunzi wa hapa. _____

10. Yule si mwenyeji wa Tanzania. _____

11. Yule si mtu wa hapa. _____

12. Yule si mtoto wa hapa. _____

13. Yule si mkulima wa hapa. _____

14. Yule si kijana wa hapa. _____

VII. Jifunze njia mbalimbali za kutumia ni. *Learn the different uses of "ni".*

1. Ninatoka Marekani.
   Ninakaa Moshi.

2. Mimi ni Mmarekani.
   Mimi ni mwanafunzi.
   Mimi ni raia wa hapa.

3. Kwaherini
   Karibuni
   Kaeni

4. Ninatoka kazini.
   Unanakwenda nyumbani?
   Anaishi mjini.

Sasa tunga sentensi zako mwenyewe. *Now make your own sentences of these four usages.*

VIII. Badilisha maneno haya kuwa wingi wake.

Kwa mfano:
Mgeni huyu	Wageni hawa
Mgeni huyo	Wageni hawo
Mgeni yule	Wageni wale

1. Mkurugenzi huyu _____

2. Mkurugenzi huyo _____

3. Mkurugenzi yule _____

4. Katibu huyu _____

5. Katibu huyo _____

6. Katibu yule _____

8 UNACHO KITABU HIKI? *DO YOU HAVE THIS BOOK?*

I. Badilisha maneno haya kuwa ya kukataa/kukana. *Change the following statements into negative construction.*

   Kwa mfano:

   A   Nina kitabu cha Kiswahili. Sina kitabu cha Kiswahili.
        Ninacho./ Sina.

   1. Nina kibiriti. _____

   2. Nina kazi. _____

   3. Nina mke. _____

   4. Nina mume. _____

   5. Nina watoto wawili. _____

   B   Una kitabu cha Kiswahili? Huna kitabu cha Kiswahili?

   1. Una simu. _____

   2. Una wakati (*time*). _____

   3. Una pesa (*money*). _____

   4. Una kazi. _____

   5. Una gari (*car, vehicle*). _____

   6. Una mahali (*place*). _____

   C   Bi Asha ana wageni./Bi Asha hana wageni.

   1. Mwanafunzi huyu ana kitabu. _____

   2. Baba ana pesa nyingi. _____

   3. Mama ana kazi nyumbani. _____

   4. Yeye ana mkutano sasa. _____

   5. Ana habari nzuri sana. _____

II. Sasa jaribu kuzifasiri sentensi hizo. *Try to translate these sentences.*

III. Jibu sentensi hizi kwa kukubali. *Answer these questions affirmatively.*

Kwa mfano:
    Mimi nina kitabu cha Kiswahili. Je, wewe unacho?
    Ndiyo, ninacho.

1. Mimi nina chumba. Je, wewe unacho? _____

2. Mimi nina kiti. Je, wewe unacho? _____

3. Mimi nina chai. Je, wewe unayo? _____

4. Mimi nina simu. Je, wewe unayo? _____

5. Bwana Ali ana motokaa. Je, wewe unayo? _____

6. Bi Asha ana kazi. Je, wewe unayo? _____

7. Mama huyu ana mtoto. Je, wewe unaye? _____

8. Una mume/mke? _____

9. Una ndugu? _____

10. Una kalamu ya wino (*ink*)? _____

IV. Maliza sentensi hizi kwa kutumia maneno haya: *Complete the sentences by using these words:*

    kibiriti   kalamu   pete   kioo   karatasi
    sigara   meza   chai   simu

1. Nina sigara, lakini nataka _____.

2. Nina chakula, lakini nataka _____.

3. Nina karatasi, lakini nataka _____.

4. Bi Fatuma anacho kidani, lakini anataka _____.

5. Bi Fatuma anayo pete, lakini anataka _____.

6. Mwanafunzi huyo anayo kalamu, lakini anataka _____.

7. Nina chumba, lakini nataka _____.

8. Nina kinywaji, lakini nataka _____.

V. Jibu maswali haya kwa kukataa: *Answer the following questions negatively:*

1. Je, Bwana Ali una kibiriti? _____

2. Bi Asha una kazi leo? _____

3. Una kazi siku hizi? _____

4. Una kitabu cha Ali? _____

5. Una mgeni nyumbani? _____

6. Una mke na watoto? _____

7. Una rafiki hapa New York? _____

8. Mgeni huyu ana mwenyeji hapa? _____

VI. Sema, fasiri, na jifunze maana ya haya: *Say, translate, and learn the meanings of these:*

1. Una mke (au mume)? Ndiyo, ninaye./Hapana, sina.
2. Una kazi? Ndiyo, ninayo./Hapana, sina.
3. Una kibiriti? Ndiyo, ninacho./Hapana, sina.
4. Una dawa? Ndiyo, ninayo./Hapana, sina.
5. Una kahawa? Ndiyo, ninayo./Hapana, sina.

VII. Badilisha maneno haya yawe wingi wake.

Kwa mfano:
kitambaa - vitambaa

1. kitana - _____

2. kijana - _____

3. kitu - _____

4. kibiriti - _____

5. kisu - _____

6. kioo - _____

7. chakula - _____

8. chumba - _____

9. chuokikuu - _____

10. cheti - _____

11. chandarua (*mosquito net*) - _____

12. kikapu (*basket*) - _____

13. chuma (*iron*) - _____

14. kisima (*well*) - _____

15. kijiji (*village*) - _____

16. kijiko - _____

VIII. Sema na fasiri:

1. Una vitu vingi? _____ Ndiyo, ninavyo.

2. Una vitabu? _____ Ndiyo, ninavyo.

3. Una kitabu? _____ Ndiyo, ninacho.

4. Una kibiriti? _____ Ndiyo, ninacho.

IX. Babilisha maneno haya yawe wingi wake.

Kwa mfano:
  nyumba - nyumba

1. nguo (*clothes*) - _____   14. siku - _____

2. kalamu - _____   15. meza - _____

3. karatasi - _____   16. mbwa - _____

4. pesa - _____   17. paka - _____

5. saa - _____   18. picha - _____

6. pete - _____   19. dola - _____

7. barua - _____   20. sanaa - _____

8. kahawa - _____   21. maktaba - _____

9. chai - _____   22. lugha - _____

10. sukari - _____   23. ngoma - _____

11. chumvi *salt* - _____   24. maabara - _____

12. simu - _____   25. motokaa - _____

13. habari - _____

X. Sema na ufasiri:

A 1. Una pesa? Ndiyo, ninazo.
   2. Una dola mbili? Ndiyo, ninazo.
   3. Una habari? Ndiyo, ninazo.
   4. Una shilingi moja? Ndiyo, ninayo.
   5. Una kazi sasa? Ndiyo, ninayo.
   6. Una sukari kidogo (*a little*)? Ndiyo, ninayo.

B 1. Una watoto? Ndiyo, ninao/ninawo.
   2. Una wageni? Ndiyo, ninao.
   3. Una ndugu? Ndiyo, ninao.

    4. Una mtoto? Ndiyo, ninaye.

    5. Una mgeni leo? Ndiyo, ninaye.

    6. Una ndugu? Ndiyo ninaye.

XI. Sema kwa Kiswahili:

    1. Yes, I have the money.

    2. Yes, I have the book.

    3. Yes, I have the letter.

    4. Yes, I have a piece of paper.

    5. Yes, I have a guest at home.

XII. Jibu maswali haya kwa Kiswahili:

    1. Ninataka kibiriti. Unacho? _____

    2. Ninataka kitabu cha tatu. Unacho? _____

    3. Una simu kazini? Nambari gani? _____

    4. Una ndugu wangapi? Wao wanafanya nini? _____

    5. Hakuna kuku leo. Utapenda kitoweo kingine *other*? _____

    6. Kaa kitako kama huna haraka. _____

    7. Una chumba cha watu wawili? _____

    8. Je, una pesa za kutosha kwa chakula? _____

    9. Nina kazi kidogo kumaliza (*to finish*). Utaweza kurudi halafu? _____

_____

10. Je, una kazi leo? Unafanya kazi wapi sasa? _____

_____

11. Unafanya kazi lini? _____

12. Wewe unazungumza na nani sasa? _____

9 KUNA NINI? *WHAT'S UP?*

I. Soma halafu jibu maswali yafuatayo: *Read the following passage then answer the questions which follow:*

Bwana Daudi anazungumza na Bi Maryamu na anamuuliza kama ana haraka. Bi Maryamu ana haraka kwa sababu yeye ni mwalimu na anakwenda shule sasa. Yeye hana shule leo, lakini ana kazi kidogo kufanya huko (*there*).

Bi Maryamu ana mwamvuli kwa sababu hali ya hewa si nzuri leo. Kuna mawingu na upepo. Yeye anataraji (*expects*) mvua kunyesha kwa sababu hakuna jua na kuna baridi kidogo.

_____ 1. Bwana Daudi anazungumza na nani?
[a] Mtoto
[b] Bi Maryamu
[c] Bwana Ali
[d] Mimi

_____ 2. Anamuuliza nini? Anamuuliza kama ana
[a] habari
[b] haraka
[c] njaa
[d] kazi

_____ 3. Kwa nini Bi Maryamu ana haraka? Bi Maryamu ana haraka kwa sababu:
[a] Anakwenda nyumbani sasa.
[b] Anakwenda shule sasa.
[c] Kuna mvua leo.
[d] Kuna baridi kidogo.

_____ 4. Je, leo kuna shule au hakuna?
[a] Leo hakuna shule.
[b] Ndiyo, kuna shule.
[c] Leo, kuna mvua.
[d] Leo, kuna vuguvugu.

_____ 5. Hali ya hewa i vipi leo?
[a] Kuna mvua kidogo.
[b] Kuna mawingu kidogo.
[c] Hali ya hewa ni nzuri.
[d] Hali ya hewa si nzuri sana.

II. Jibu maswali yafuatayo kwa kutumia maneno utakayopewa. *Answer the following questions using the given words.*

Kwa mfano:
Kuna nini mezani? "Chakula, kinywaji" Kuna chakula na kinywaji mezani.

1. Kuna nini mezani? "Vitabu, kalamu" _____

_____

2. Kuna nini mezani? "Chai, kahawa" _____

_____

3. Kuna nini ukutani? "Saa, picha" _____

_____

4. Kuna nini ukutani? "Ramani, kioo" _____

_____

5. Kuna nini chumbani? "Viti, meza" _____

_____

6. Kuna nini chumbani? "Simu, samani" (*furniture*) _____

_____

7. Kuna nini shuleni? "Mkutano na mtihani" _____

_____

8. Hali ya hewa i vipi leo? "Joto" _____

_____

9. Hali ya hewa i vipi leo? "Upepo, baridi" _____

_____

10. Kuna nani shuleni? "Walimu, wanafunzi" _____

_____

11. Kuna nani nyumbani? "Asha na watoto" _____

_____

III. Badilisha sentensi hizi ziwe kinyume chake. *Change the following sentences into the negative form.*

Kwa mfano:
Ndiyo, kuna joto New York. Hapana, hakuna joto New York.

1. Ndiyo, kuna theluji New York. _____

2. Ndiyo, kuna mkutano kesho. _____

3. Ndiyo, nina haraka sana. _____

4. Ndiyo, Daudi ana kazi sasa. _____

IV. Maliza sentensi hizi kwa kutumia neno moja katika utakayopewa. *Complete these sentences by using one word from those given.*

1. Mgeni ana njaa anataka _____.
   kinywaji   mwamvuli   shule   chakula

2. Mwalimu anataka kwenda _____.
   kitabu   haraka   kiu   baraka

3. Bwana Ali ana mke anataka _____.
   haraka   njaa   mtoto   kinywaji

4. Hakuna mvua sasa lakini kuna _____.
   kazi   mawingu   bahati   hewa

5. Una _____ ya nini?
   kiu   upepo   haraka   njaa

6. Hali ya hewa i _____ leo?
   nini   vipi   joto   upepo

7. Haraka _____ haina baraka.
   kazi   bahati   nina   haraka

8. Naona una _____. Je, kuna kazi leo?
   haraka   mwamvuli   kazi   bahati

V. Jibu maswali haya kwa Kiswahili:

1. Je, una haraka? _____

2. Una haraka ya nini? _____

3. Unakwenda vipi? _____

4. Utapenda kwenda pamoja nasi? _____

5. Mtarudi lini? _____

6. Mtaweza kungoja? _____

VI. Fasiri kwa Kiswahili:

1. Are you in a hurry? _____

2. I would like to talk with you. _____

3. I have some work to do. _____

4. Can you wait? _____

5. We are going to a store to buy some books. _____

6. Would you like to come with us? _____

7. I would like to but I can't come now. _____

8. I am going to visit a friend at the hospital. _____

9. When will you return? _____

10. Maybe at five o'clock. _____

10 UNAPENDA KUFANYA NINI LEO?
WHAT DO YOU LIKE TO DO TODAY?

I. Soma maelezo haya halafu jibu maswali yatakayofuata: *Read this account and then answer the questions which follow:*

Bwana Abudu leo hana kazi; anataka kwenda kuvua na atapenda kwenda na mwenziwe (*companion, friend*). Anamuuliza Bwana Rajabu kama atapenda kwenda kuvua pamoja naye. Bwana Rajabu hapendi sana kuvua lakini anapenda kucheza mpira. Bwana Abudu anapenda pia kucheza mpira, lakini hawezi kwenda leo. Anasema kuwa atapenda kwenda kesho.

Wakijaaliwa wataonana siku ya pili (*kesho*) kucheza mpira. Sasa anatafuta (*is looking for*) gazeti la leo kusoma.

Maswali:

1. Je, Bwana Abudu anafanya kazi leo? _____

2. Je, yeye anataka kufanya nini? _____

3. Alimtaka nani kwenda pamoja naye? _____

4. Rajabu anapenda kuvua? _____

5. Je, yeye anapenda kufanya nini? _____

6. Je, wewe unapenda kuvua au kucheza mpira? _____

7. Je, Bwana Rajabu atakwenda kuvua pamoja na Bwana Abudu? _____

_____

8. Je, wao wataonana lini, na watafanya nini? _____

9. Je, wewe utafanya nini kesho? _____

10. Kama una wakati leo jioni, utapenda kufanya nini? _____

_____

11. Bwana Abudu anatafuta nini? _____

12. Je, wewe unatafuta nini? _____

II. Badilisha sentensi hii kwa kutumia vitendo utakavyopewa: *Change this sentence by using the given verbs:*

"Utapenda kwenda kula pamoja na mimi?"

1. -cheza mpira _____

2. -tembea _____

3. -fanya kazi _____

4. -jifunza _____

5. -vua samaki _____

6. -cheza dansa _____

7. -winda _____

8. -soma _____

9. -zunguka mjini _____

10. -jifunza maktabani _____

11. -tazama mchezo _____

12. -tazama filam _____

13. -sikiliza hotuba _____

14. -sikiliza muziki/mazeka _____

15. -ogelea pwani _____

III. Badilisha sentensi hizi kwa kutumia "rafiki yangu". *Change these sentences to apply to "rafiki yangu".*

1. Nitapenda kutembea pwani badala ya kucheza mpira.

_____

2. Nitapenda kutembea mjini badala ya kucheza mpira.

_____

3. Ninapenda kulala, sipendi kufanya kazi.

_____

4. Nina njaa. Nitapenda kwenda kula mkahawani.

_____

5. Kuna mawingu. Nitapenda kukaa nyumbani.

6. Nitapenda kwenda nyumbani sasa. Saa nyingi.

IV. Sema kwa Kiswahili na fasiri kwa Kiingereza:

1. Rafiki yangu atapenda kutembea pwani badala ya kucheza mpira.
2. Rafiki yangu anapenda kulala. Hapendi kufanya kazi.
3. Rafiki yangu ana njaa. Atapenda kwenda kula mkahawani.
4. Kuna mawingu. Rafiki yangu atapenda kukaa nyumbani. Hapendi kutoka.
5. Rafiki yangu atapenda kwenda nyumbani sasa. Hawezi kukaa.

V. Jibu maswali yafuatayo kwa kutumia maneno utakayopewa. *Answer the following questions using each of the given words.*

1. Mtu anaweza kuvua wapi?

baharini: _____

pwani: _____

ziwani: _____

mtoni: _____

2. Mtu anaweza kutembea wapi?

bustanini: _____

pwani: _____

mjini: _____

shambani: _____

ng'ambo: _____

3. Mtu anapenda kufanya nini?

kwenda kuvua: _____

kucheza mpira: _____

kutembea: _____

kusafiri ng'ambo: _____

4. Mtu anaweza kusafiri wapi?

ng'ambo: _____

Uingereza: _____

Ulaya: _____

Afrika: _____

5. Mtu anaweza kutazama nini?

picha: _____

televisheni: _____

mpira: _____

ngoma: _____

6. Mgeni anaweza kuona nini?

watu wa mji: _____

ngoma za kienyeji: _____

makumbusho: _____

viwanda vya mji: _____

kazi za watu: _____

VI. A Badilisha sentensi hii kwa kutumia kitendo utakachopewa. *Change this sentence by using each given verb.*

"Abudu anapenda kutocheza leo."

1. -jifunza sasa _____

2. -lala mapema _____

3. -safiri leo _____

4. -tembea mjini _____

5. -enda kazini _____

6. -zungumza na watu _____

7. -ja darasani _____

8. -tazama televisheni/kiona mbali _____

9. -fanya kazi Jumapili _____

B Sema kwa Kiswahili.

1. I would like to come here on Sunday.
2. I would like not to travel today.
3. I would like not to come to the house.
4. I would like not to go now.

5. I would like not to work.
6. I would like to look for work.

VII. Andika kinyume cha sentensi hizi kwa kubadilisha kitendo cha kwanza. *Write the negative of the following sentences by changing the main verb, not the infinitive.*

Kwa mfano:
Rajabu anapenda kuwinda. Rajabu hapendi kuwinda.

1. Ali anapenda sana kula.
2. Mtoto anataka kulala.
3. Mgeni anataka kwenda.
4. Mwanafunzi anataka kuzungumza Kiswahili.
5. Rafiki yangu anajifunza kusema Kiswahili.
6. Mwalimu anakuja kufundisha.
7. Baba anakwenda kufanya kazi.
8. Mgeni anajua kusema Kiswahili.
9. Fatuma anacheza mpira pamoja na mimi.
10. Ali anatafuta kazi.

VIII. Jibu maswali yafuatayo kwa kutumia maneno utakayopewa. *Answer the following questions by using the given fragments.*

Kwa mfano:
Je, unapenda kufanya nini? -soma vitabu
Jawabu: "Ninapenda kusoma vitabu."

1. Unataka kufanya nini sasa? -enda nyumbani

_____

2. Bi Asha anataka kufanya nini? -cheza karata

_____

3. Wewe unakwenda kufanya nini? -jifunza Kiswahili

_____

4. Bwana Ali anapenda kujua nini? -sema Kiswahili

_____

5. Wewe unajifunza kufanya nini? -sema Kiswahili

_____

6. Unakwenda maktabani kufanya nini? -soma vitabu

_____

7. Unataka kusema nini? -uliza swali

_____

8. Unataka kusema na nani? -sema na Asha

_____

IX. Maliza sentensi hizi:

1. Ninapenda _____.

2. Nitapenda kusafiri na _____.

3. Nitapenda kusafiri _____.

4. Utapenda _____ pamoja na mimi?

5. Tutaonana _____ tukijaaliwa.

6. Utaweza _____ mapema.

X. Sema kwa Kiswahili:

1. I would like to go to a restaurant.
2. I would like to travel.
3. I would like to travel with my friend.
4. Would you like to come with me?
5. Would you like to come with us?
6. Will you be able to arrive early?
7. We will meet tomorrow if God is willing.
8. I am looking for the market.

XI. Maliza sentensi hizi:

1. Sipendi _____.

2. Siwezi _____ leo, labda kesho.

3. Sitaki _____ sasa. Nitakula halafu.

4. Sijui _____ vizuri. Nafahamu kidogo.

XII. Sema kwa Kiswahili:

1. I don't like to play cards.
2. I cannot come today, maybe tomorrow.
3. I don't know.
4. I don't want to eat now. I will eat later.

XIII. Andika na sema kwa Kiswahili:

1. Are you in a hurry? _____

2. I would like to talk with you. _____

3. I am a student. _____

4. I come from New York. _____

5. I am now studying at the University of Dar es Salaam. _____

_____

6. I am hungry. _____

7. I want to go and eat. _____

8. Where can I eat? _____

9. Would you like to come with me? _____

10. I would like to come, but not now. _____

11. I have some work to finish (*maliza*). _____

XIV. Jibu maswali haya kwa Kiswahili.

1. Utapenda kwenda kuogelea pwani?

_____

2. Utapenda kwenda wakati gani?

_____

3. Tukijaaliwa tutaonana wapi?

_____

4. Mtapenda kwenda mchezoni?

_____

5. Mtapenda kuona nini?

_____

6. Tutaweza kupata tikti wapi?

_____

7. Tutahitaji tikti ngapi?

_____

8. Tutaondoka (*leave*) nyumbani saa ngapi?

_____

11 NYUMBANI *AT HOME*

I. Soma:

Chumba Cha Kulia

Huyu ni Bwana Ali na mama Ali. Wao wanatoka Afrika ya Mashariki na sasa wanakaa New York. Wamekaa hapa miaka miwili. Wanafanya kazi Manhattan. Bwana Ali na Bibi Ali wana watoto wawili. Majina yao Asha na Juma. Wazazi na watoto wanakula chakula. Kuna chakula mezani. Kuna kuku, mboga, viazi, mkate na matunda. Kuna vyombo: visu, vijiko, sahani na nyuma. Kuna kioo ukutani na kuna saa kabatini. Mama na Asha wanazungumza. Baba na Juma wanakula. Baada ya kula watapumzika kidogo. <u>Alasiri</u> (*afternoon*) wazazi na watoto wao watakwenda kutembea bustanini.

1. Bwana Ali ni _____
     mama   baba   mtoto   ndugu

2. Bibi Ali ni _____
     mama   baba   dada   mtoto

3. Juma ni _____
     mama   baba   dada   mtoto

4. Asha ni _____
     mama   baba   mvulana   msichana

5. Bibi Ali na Bwana Ali ni _____
     watoto   wazazi   baba   ndugu

6. Asha na Juma ni _____
     wanawake   wanaume   wazazi   ndugu

7. Mvulana Jina lake _____
     Ali   Juma   Asha   Rajabu

8. Msichana jina lake _____
     Ali   Juma   Asha   Halima

II. Badilisha sentensi hizi: *Change these sentences:*

A Kuwa sisi *to we/us*

    Kwa mfano:
       Ninatoka kazini sasa: Tunatoka kazini sasa.

    1. Ninatoka dukani: _____

2. Ninakaa hapa mjini: _____

3. Ninafanya kazi hapa: _____

4. Nitapenda kwenda darasani: _____

5. Nitapenda kusema Kiswahili: _____

6. Ninafahamu Kiswahili kidogo: _____

7. Ninataka kuuliza swali: _____

8. Ninataka kwenda posta na bengi: _____

9. Ninataka kusema na watu: _____

10. Ninataka kula mkahawani: _____

11. Ninataka kuona makumbusho: _____

12. Ninapenda kuona mchezo: _____

13. Ninahitaji gari: _____

14. Ninataka kutembea bustanini. _____

B Kuwa nyinyi *to you (pl)*

    Kwa mfano:
      Unatoka kazini sasa: Mnatoka kazini sasa.

1. Utataka kwenda nyumbani sasa: _____

2. Utapenda kufanya nini leo?: _____

3. Utakunywa chai au kahawa?: _____

4. Unafanya kazi hapa?: _____

5. Utakwenda shule kesho?: _____

6. Unakuja darasani siku gani?: _____

7. Unatoka wapi, na sasa unakaa wapi?: _____

8. Unataka kuona nini?: _____

9. Unacheza mpira wapi?: _____

10. Utapenda kwenda vipi?: _____

11. Unahitaji nini?: _____

12. Unataka kutembea wapi? _____

C kuwa wao *to they/them*

Kwa mfano:
Anatoka kazini sasa: Wanatoka kazini sasa.

1. Yeye anatoka wapi, na sasa anakaa wapi?: _____

2. Anajifunza Kiswahili, na sasa anafahamu kidogo: _____

_____

3. Anajifunza chuo kikuu, na anafundisha shule ya msingi (ya chini): _____

_____

4. Yeye ni mgeni hapa. Anatoka Marekani: _____

5. Ana haraka. Anataka kwenda kazini: _____

6. Atapenda kwenda kutembea pamoja na yeye: _____

7. Anataka kwenda mkahawani lakini hajui njia: _____

D   Badilisha "mimi" awe mtu utakayepewa na uisahihishe. *Substitute for
    'mimi' the given person and make the necessary changes.*

Mimi nina kwenda kazini siendi madukani.

1. Wewe _____

2. Yeye _____

3. Bwana Daudi _____

4. Bi Fatuma _____

5. Sisi _____

6. Mimi na Fatuma _____

7. Mimi na wewe _____

8. Nyinyi _____

9. Wewe na Asha _____

10. Wewe, Asha, na Ali _____

11. Wao _____

12. Asha na Ali _____

13. Watu _____

14. Wazazi wangu _____

15. Watuwazima na watoto _____

III. Jibu maswali yafuatayo kwa kutumia maneno utakayopewa. *Answer the following questions using the given words.*

1. Kuna vitu gani mezani? (vyombo)

_____

2. Kuna vyombo gani mezani? (visu na nyuma)

_____

3. Kuna vyakula gani mezani? (nyama, viazi, na mkate)

_____

4. Kuna vinywaji gani mezani? (maji, maziwa, kahawa, na chai)

_____

5. Kuna vitu gani chumbani? (samani, kabati, kioo, viti, na kochi)

_____

6. Kuna vitu gani sokoni? (chakula, viteweo, mboga na matunda)

_____

IV. Badilisha maneno yafuatayo yawe wingi wake. Tumia kamusi au msamiati kutazama maneno usiyoyajua. *Change the following into the plural. Use your dictionary or vocabulary list to look up the words which you do not know.*

1. kitu - _____   13. kitana - _____

2. kitabu - _____

3. kisu - _____

4. kikombe - _____

5. kijiko - _____

6. kiti - _____

7. kikapu - _____

8. kidani - _____

9. chombo - _____

10. chakula - _____

11. chumba - _____

12. chuo kikuu - _____

14. kijana - _____   29. kinanda - _____

15. kiazi - _____   30. kibati - _____

16. kinywaji - _____

17. cheti - _____

18. kitambaa - _____

19. kilemba - _____

20. kikoi - _____

21. kizibau - _____

22. kiatu - _____

23. kitanda - _____

24. chandarua - _____

25. kisima - _____

26. kilima - _____

27. kisiwa - _____

28. kiongozi - _____

V. Jibu maswali haya kwa kutumia maneno uliyopewa: *Answer these questions using the following words:*
     Mkahawani; Hapa; Kula; Kwa miguu; Wali na mchuzi; Maji ya baridi.

1. Utapenda kufanya nini sasa? _____

2. Utapenda kula wapi? _____

3. Utapenda kula nini? _____

4. Unataka kwenda vipi? _____

5. Tutaonana wapi? _____

6. Unataka kinywaji gani? _____

VI. A Sema na fasiri.

1. Unaweza kwenda kwa miguu (*walking*)
2. Unaweza kwenda kwa basi (*bus*)
3. Unaweza kwenda kwa garimoshi (*train*)
4. Unaweza kwenda kwa motokaa (*car*)
5. Unaweza kwenda kwa ndege (*plane*)
6. Unaweza kwenda kwa gari ya abiria (*passenger car*)
7. Unaweza kwenda kwa baiskeli (*bicycle*)

8. Unaweza kwenda kwa pikipiki (*motorcycle*)

9. Unaweza kwenda kwa gari (*vehicle*)

B Fasiri kwa Kiswahili.

by train; by car; by bus; by walking; by plane; by passenger car; by motorcycle.

VII. Jibu maswali haya kwa Kiswahili:

1. Una chakula gani nyumbani? _____

2. Nyinyi mnapenda kula nini? _____

3. Mimi sina njaa, lakini nina kiu. Una kinywaji gani? _____

_____

4. Unatumia (*use*) sukari na maziwa katika chai? _____

_____

5. Kuna watu wangapi? _____

6. Mnataka kwenda vipi? _____

7. Tunaweza kwenda kwa miguu? _____

8. Hamwezi kwa sababu ni mbali. Mtakwenda kwa basi? _____

_____

9. Mnataka kwenda lini? _____

10. Mnaweza kwenda hata sasa hivi. (*even right now*) _____

_____

12 LEO TAREHE GANI? *WHAT DATE IS TODAY?*

I. Soma mazungumzo yafuatayo na ujibu maswali yatakayofuata. *Read the dialogue then answer the questions.*

Pili:	Nyinyi huja chuo kikuu siku ngapi?
Juma:	Sisi huja chuo kikuu siku tano kwa juma.
Pili:	Huja siku gani?
Juma:	Huja Jumatatu, Jumanne/Jumaane, Jumatano, Alkhamisi/Alhamisi, na Ijumaa.
Pili:	Hamji chuo kikuu Jumamosi na Jumapili?
Juma:	Ndiyo hatuji chuo kikuu Jumamosi na Jumapili. Hupumzika siku mbili hizi.
Pili:	Mimi pia hujifunza shule siku tatu kwa wiki, lakini kila siku huenda maktabani kusoma magazeti na majarida (*magazines*).
Juma:	Jumapili watu hufanya nini hapa?
Pili:	Huenda kanisani au huenda kutembea. Watu wengine hawaendi kanisani, lakini wao huenda msikitini Ijumaa au huenda hekaluni.
Jumamosi:	Pia Jumapili maduka mengi hufungwa, lakini baadhi (*some*) huwa wazi.

1. Siku gani Juma haendi shule? _____

2. Yeye huenda shule siku gani? _____

3. Huenda shule siku ngapi kwa juma? _____

4. Pili huenda maktabani siku gani? _____

5. Siku gani watu huenda kanisani? _____

6. Siku gani watu huenda msikitini? _____

7. Siku gani watu huenda hekaluni? _____

8. Siku gani wanafunzi hawaendi chuo kikuu? _____

II. Maliza sentensi hizi zifuatazo.

   Kwa mfano:
   Januari ni mwezi wa kwanza.

   1. Februari ni mwezi wa _____

   2. Machi ni mwezi wa _____

   3. Aprili ni mwezi wa _____

4. Mei ni mwezi wa _____

5. Juni ni mwezi wa _____

6. Julai ni mwezi wa _____

7. Agosti ni mwezi wa _____

8. Septemba ni mwezi wa _____

9. Oktoba ni mwezi wa _____

10. Novemba ni mwezi wa _____

11. Disemba ni mwezi wa _____

III. Maliza sentensi hizi.

   Kwa mfano:
   Jumamosi ni siku ya kwanza ya juma.

   1. Jumapili ni siku ya   ya juma.
   2. Jumatatu ni siku ya   ya juma.
   3. Jumanne ni siku ya   ya juma.
   4. Jumatano ni siku ya   ya juma.
   5. Alkhamisi ni siku ya   ya juma.
   6. Ijumaa ni siku ya   ya juma.

IV. Badilisha haya kuwa kinyume chake. *Change the following into the negative construction by using the correct verb from the list.*

   1. Sisi huenda kazini Jumapili. (hatuendi/hatwendi, hawaendi, huendi, hamwendi/hamuendi, hawendi)

   _____

   2. Nyinyi hukaa nyumbani Jumapili. (hamkai, hakai, hawakai, hatukai)

   _____

   3. Sisi hufanya kazi kila siku. (sifanyi, hawafanyi, hatufanyi, hafanyi)

   _____

   4. Nyinyi huenda kazini Jumamosi na Jumapili. (hawaendi, hatuendi, hamwendi, huendi)

   _____

   5. Wao hufanya kazi hapa. (hawafanyi, hatufanyi, hamfanyi, hafanyi)

   _____

   6. Sisi huishi hapa siku hizi. (hatuishi, haishi, hawaishi, hamuishi)

   _____

   7. Nuru huishi hapa siku hizi. (siishi, hatuishi, huishi, haishi)

8. Wewe hukaa hapa siku hizi. (hakai, sikai, hukai, hamkai)

9. Mimi ninasema Kiswahili vizuri sana. (hasemi, husemi, sisemi, hatusemi)

10. Yeye anapenda kujifunza. (hawapendi, hupendi, hapendi, hampendi)

V. Andika alama ya kukataa na ya kijina kwenye sentensi hizi. *Provide the negative marker and the subject prefix in these sentences.*

1. Mimi   -jui watakuja lini.
2. Mimi   -fanyi kazi hapa.
3. Wewe   -endi leo utakwenda kesho.
4. Wewe   -ji kila siku.
5. Yeye   -endi kazini Jumapili.
6. Yeye   -semi Kiswahili sana.
7. Sisi   -jifunzi Jumapili.
8. Nyinyi   -jifunzi kila siku.
9. Nyinyi   -endi sasa mtakwenda halafu.
10. Wao   -ji hapa kila siku. Huja Jumapili tu.

VI. Badilisha sentensi hizi kwa kutumia "mwaka jana." *Change these sentences by using "mwaka jana" (last year.)*

Kwa mfano:
Ninafanya kazi hapa. Nilifanya kazi hapa mwaka jana.

1. Tunajifunza Kiswahili chuo kikuu. _____

2. Ninakwenda kutembea mjini. _____

3. Anaishi hapa sasa. _____

4. Nyinyi mnafika hapa kila siku. _____

5. Wao wanafanya kazi chuo kikuu. _____

6. Wewe unakaa wapi sasa? _____

7. Nyinyi mnakula mkahawa gani? _____

8. Wao wanacheza mpira kila juma. _____

9. Sisi tunaonana nao kila siku. _____

VII. Jibu maswali haya kwa Kiswahili.

1. Ulifika hapa tarehe gani? _____

2. Utakaa hapa kwa siku ngapi?

3. Ulijifunza Kiswahili kwa muda gani? _____

4. Ulikuwa wapi mwaka jana? _____

5. Siku gani huendi kazini? _____

6. Utaondoka tarehe gani? _____

7. Utaondoka New York siku gani? _____

8. Utaweza kufika hapa kila siku? _____

9. Unakwenda safari kwa muda gani? _____

10. Unatumai kurudi lini? _____

11. Mtasafiri vipi? _____

12. Utasafiri na nani? _____

13. Utasafiri tena mwaka ujao? _____

13 SIFA YA MTU AU KITU
DESCRIPTION OF A PERSON OR A THING

I. A Andika tena sentensi hii kwa kutumia maneno haya: *Rewrite this sentence using each of these words:*

     -ema;   -changamfu;   -baya;   -chafu;   -nene;
  -embamba;   -sununu;   safi;   hodari;   bashashi;
     -fupi;   -refu;   pole;   -dogo;   -kubwa;
    -epesi;   -zito;   -taratibu;   -enye subira;

Sentensi: Bi Amina ni mtu mzuri sana.

[a] _____

[b] _____

[c] _____

[d] _____

[e] _____

[f] _____

[g] _____

[h] _____

[i] _____

[j] _____

[k] _____

[l] _____

[m] _____

[n] _____

[o] _____

[p] _____

[q] _____

[r] _____

[s] _____

[t] _____

B Sasa tumia maneno haya kwa sentensi hii: *Now use these words for this sentence:*

-kubwa; -dogo; -embamba; -zito;
-epesi; -baya; -pana; -refu;

Sentensi: Nimenunua kikapu kizuri sana.

[a] _____

[b] _____

[c] _____

[d] _____

[e] _____

[f] _____

[g] _____

[h] _____

C Sasa tumia maneno haya kwa sentensi hii:

-baya; -kubwa; -dogo; -pana; -embamba;
-chafu; -refu; rahisi; ghali; safi

Sentensi: Alitaka chumba kizuri sana.

[a] _____

[b] _____

[c] _____

[d] _____

[e] _____

[f] _____

[g] _____

[h] _____

[i] _____

[j] _____

D   Sasa tumia maneno haya kwa sentensi hii:
-dogo;   -kubwa;   -chafu;   safi;   -baya;
-refu;   -fupi;   -pana;   ghali;   rahisi;
-pya

Sentensi: Wamepata nyumba nzuri sana.

[a] _____

[b] _____

[c] _____

[d] _____

[e] _____

[f] _____

[g] _____

[h] _____

[i] _____

[j] _____

[k] _____

II. Maliza sentensi hizi kwa kutumia maneno uliyopewa. *Complete these sentences using the given words.*

1. Yeye ni msichana _____ sana. (-zuri)

2. Yeye ni kijana _____ sana. (-zuri)

3. Amevaa kanzu _____ lakini _____. (-zuri; -fupi)

4. Wana nyumba _____ karibu na pwani. (-kubwa)

5. Wanakaa katika chumba _____. (safi)

6. Asha anakaa katika chumba _____ na _____. (-dogo;-chafu)

7. Mwanafunzi _____ hafanyi kazi _____. (-vivu; -zuri)

8. Yule mvulana _____ ni mwanafunzi wa hapa. (-refu)

9. Ali ni mwanafunzi _____ lakini dada yake ni _____. (hodari;-vivu)

10. Kitabu kile ni _____ lakini kile ni _____. (-gumu; rahisi)

11. Nguo hii ni _____ lakini _____. (-zuri; ghali)

12. Nyumba ile ni _____ sana lakini haina vyumba vingi. (-refu)

13. Yeye ni _____ sana lakini anataka kuwa _____. (-embamba; -nene)

III. Maliza sentensi hizi kwa kutumia "-ema." *Complete by using "-ema."*

1. Mtoto huyu ni _____

2. Kijana huyu ni _____

3. Dada huyu ni _____

4. Rafiki huyu ni _____

5. Kitambaa hiki ni _____

6. Chakula hiki ni _____

7. Habari hii ni _____

8. Hali ya hewa hii ni _____

9. Saa hii ni _____

10. Kazi yako hii ni _____

11. Siku hii ya kwanza _____

12. Mtoto huyu wa kwanza ni _____

13. Mungu/Mngu ni _____

14. Mtihani huu wa kwanza ni _____

15. Mzimu huu wa kwanza ni _____

16. Mkoba huu wa kwanza ni _____

17. Mwezi huu wa kwanza ni _____

18. Mwaka huu wa kwanza ni _____

IV. Sema sentensi hizi na zifasiri:

1. Unataka kuzungumza na bwana yupi?
2. Unataka kuonana na bibi yupi?
3. Ulionana na karani yupi?
4. Unajifunza chuo kikuu kipi?
5. Ulisoma kitabu kipi?
6. Unataka kitambaa kipi?
7. Unakaa katika chumba kipi?
8. Unakaa katika nyumba ipi?
9. Unakwenda shule ipi?
10. Ulifika mwezi upi?
11. Ulianza kufanya kazi mwaka upi?
12. Utamaliza masomo yako mwaka upi?

V. Maliza sentensi hizi kwa kutumia:
     "yupi"; "kipi"; "ipi"; "upi"

    1. Unataka mkate _____?

    2. Utapenda mkufu _____?

    3. Ulinunua kitabu _____?

    4. Kuna chumba _____?

    5. Watu hawa wanatoka nchi _____?

    6. Ulionana na daktari _____?

    7. Ulijifunza darasa _____?

    8. Ulifungua mlango _____?

    9. Kijana anatoka Unguja _____?

    10. Utafika Afrika Mashariki mwezi _____?

VI. Sema na fasiri:

    1. Asha yu tayari.
    2. Mama yu tayari.
    3. Watoto wa tayari
    4. Mimi ni tayari
    5. Sisi tu tayari
    6. Wewe u tayari
    7. Chakula ki tayari
    8. Vyakula vi tayari
    9. Chai i tayari
    10. Pesa zi tayari
    11. Mkate u tayari
    12. Mikate i tayari

VII. Fasiri kwa Kiswahili:

    1. Is the food ready? _____

    2. Is the work ready? _____

    3. Is the car ready? _____

    4. Is the coffee ready? _____

    5. Are Ali's children ready? _____

    6. Are Ali's things ready? _____

    7. Are the children's clothes ready? _____

8. Are my shoes ready? _____

VIII. Jibu maswali haya:

1. Je, baba yu tayari kwenda kazini?

_____

2. Wewe u tayari kwenda nyumbani?

_____

3. Kahawa i tayari? Iko wapi?

_____

4. Rafiki yako yu tayari? Yuko wapi?

_____

5. Nguo yangu i tayari au bado? Iko wapi?

_____

6. Nguo za watoto zi tayari? Ziko wapi?

_____

7. Chumba ki tayari au bado? Kiko wapi?

_____

8. Vyombo vya Asha vi tayari? Viko wapi?

_____

9. Vitu vya Asha vi tayari? Viko wapi?

_____

10. Watoto wa Asha wa tayari? Wako wapi?

_____

11. Chai i baridi au i moto?

_____

12. Kahawa i baridi au i moto?

_____

13. Mlango u wazi (*open*) au si u wazi?

_____

14. Chuo kikuu ki wazi au si ki wazi?

15. Motokaa i wazi au si i wazi?

IX. Jifunze haya kwa Kiswahili:

I'm happy	Nimefurahi
I'm tired	Nimechoka
I'm late	Nimechelewa
I'm late	Nimekawia
I'm thirsty	Nina kiu
I'm busy	Nina kazi
I'm sorry	Ninasikitika
I'm going home	Ninakwenda nyumbani
I'm hungry	Nina njaa
I'm an American	Mimi ni Mmarekani
I'm not an American	Mimi si Mmarekani
I'm a student	Mimi ni mwanafunzi
I'm a tourist	Mimi ni mtalii
I'm a director	Mimi ni mkurugenzi
I'm the director	Mimi ndiye mkurugenzi
I'm sick	Mimi ni mgonjwa
I'm cold	Ninaona baridi
I have a cold	Nina mafua
I'm hot	Ninaona joto
I'm well	(Mimi) ni mzima
I'm at home in the evening	Niko nyumbani jioni
I'm not at home	Siko nyumbani
I'm not well	(Mimi) si mzima
I'm not hungry	Sina njaa

14 UNAPENDA RANGI GANI? *WHAT COLOR/COLORS DO YOU LIKE?*

I. Soma mazungumzo haya na halafu jibu maswali yafuatayo:

Ali: Naipenda kanzu yako. Nzuri. Kitambaa gani hiki?
Fatma: Kinaitwa kitambaa cha kitenge. Unakipenda?
Ali: Naam, nakipenda sana. Ulikinunua wapi?
Fatma: Nilikinunua kwa Alibhai. Kuna rangi nyingine. Wewe unapenda rangi gani?
Ali: Kuna rangi gani?
Fatma: Kuna hii rangi ya kahawia na rangi tatu nyingine. Kuna rangi ya manjano, rangi ya buluu, na rangi nyeusi.
Ali: Nafikiri kuwa bibi yangu atapenda rangi ya buluu. Kuna buluu gani?
Fatma: Kuna buluu ya mwangaza na buluu ya giza.
Ali: Labda ataipenda buluu ya giza.

Maswali:

1. Fatma amevaa kitambaa cha namna gani? (hariri, sufi, kitenge, naylon)

   Fatma amevaa kitambaa cha _____

2. Fatma amevaa kitambaa cha rangi gani? (manjano, majani, buluu, kahawia)

   Fatma amevaa kitambaa cha _____

3. Fatma alikipata wapi kitambaa hicho? (dada yake, mshoni wake, Alibhai, Macy's)

   Alikipata kwa _____

4. Kuna rangi ngapi nyingine? (chache, nyingi, tatu, nne)

   Kuna rangi _____

5. Kuna rangi gani?

Kuna rangi ya _____

Kuna rangi ya _____

Kuna rangi ya _____

Kuna rangi ya _____

6. Kuna buluu ya namna gani?

Kuna buluu _____

7. Mke wa Ali atapenda rangi gani?

Mke wa Ali atapenda _____

II. Jibu maswali yafuatayo kwa kutumia rangi utazopewa:

1. Amina amevaa nguo ya rangi gani? (*blue*)

_____

2. Amina amevaa kofia ya rangi gani? (*black*)

_____

3. Amina amevaa blauzi ya rangi gani? (*black*)

_____

4. Amina amevaa skati/teitei ya rangi gani? (*red*)

_____

5. Amina amevaa kanga za rangi gani? (*brown*)

_____

6. Salim amevaa shati la rangi gani? (*yellow*)

_____

7. Salim amevaa kanzu ya rangi gani? (*white*)

_____

8. Salim amevaa koti la rangi gani? (*grey*)

_____

9. Salim amevaa suruali ya rangi gani? (*grey]*)

_____

10. Salim amevaa kizibau cha rangi gani? (*black*)

_____

III. Jibu maswali kwa kutumia maneno utakayopewa:

1. Utapenda kitambaa cha namna gani? (*cotton*)

_____

2. Utapenda kununua kitambaa cha namna gani? (*silk*)

_____

3. Jana ulinunua kitambaa cha namna gani? (*kitenge*)

_____

4. Ulipata zawadi kwa siku ya kuzaliwa (*birthday*) kitambaa cha namna gani? (*wool*)

_____

5. Unapenda kuvaa kitambaa cha namna gani? (*kanga*)

_____

IV. A Badilisha "nguo" kwa kutumia neno jingine utakalopewa: *Substitute for "nguo" the given word:*

Nitapenda kununua nguo nyeusi.

kanzu: _____

kofia: _____

suruali: _____

blauzi: _____

shumizi: _____

B Badilisha "kitambaa" kwa kutumia neno jingine utakalopewa:

Nitapenda kununua kitambaa cheusi.

kitenge: _____

kilemba: _____

kizibau: _____

kimau: _____

kikoi: _____

C Badilisha "shati" kwa kutumia neno jingine utakalopewa:

Alitaka kununua shati jeupe.

koti: _____

dashiki: _____

joho: _____

sanduku: _____

kimau: _____

V. Jifunze rangi za bendera za Afrika ya Mashariki: *Learn the colors of East African flags:*

A Bendera ya Kenya ina rangi hizi:

Rangi nyeusi— inafananisha watu.
Rangi nyeupe— inafananisha umoja na amani.
Rangi nyekundu— inafananisha damu ya kupigania uhuru.
Rangi ya majani— inafananisha ardhi.

B Bendera ya Tanzania ina rangi hizi:

Rangi ya kijani— inafananisha ardhi.
Rangi ya manjano— inafananisha uchumi na mali. (*wealth*)
Rangi ya buluu— inafananisha bahari iliyounganisha Tanganyika na Unguja.
Rangi nyeusi— inafananisha watu.

C Jibu maswali haya:

1. Bendera ya Kenya ina rangi ngapi? _____

2. Bendera ya Kenya ina rangi zipi? _____

3. Rangi gani inafananisha watu? _____

4. Rangi nyeupe inafananisha kitu gani? _____

5. Bendera ya Tanzania ina rangi gani? _____

6. Bendera ya Uganda ina rangi gani? _____

7. Bendera ya Marekani ina rangi gani? _____

8. Bendera ya Uingereza ina rangi gani? _____

9. Bendera ya Umoja wa Mataifa (*United Nations*) ina rangi gani? _____

_____

10. Bendera ya nchi yako ina rangi gani? _____

VI. Andika majina ya nguo hizi zilizomo katika picha: *Write the names of the items of clothing in the pictures on page 83:*

_____

_____

VII. Andika nguo hizi kwa Kiingereza (Tumia kamusi au msamiati kwa kutafuta maneno usiyoyajua):

kanzu _____   kanga _____

kofia _____   mtandio _____

buibui _____   kimau _____

barkoa _____   kikoi _____

kitambi _____   shuka _____

kilemba _____   suruali _____

kaniki _____   sidiria _____

shumizi _____   saruni _____

fulana _____   kizibau _____

teitei _____   ukaya _____

juba _____   joho/jokho _____

VIII. Now turn to page 54 of *Kiswahili kwa Kitendo*, select four pictures out of these six and write your own description, in Swahili, on each of them. Try to use the vocabulary that appears in units 13 and 14.

IX. Read the first three verses of "Rangi Zetu" (*"Our Colors"*), by Sheikh Shabaan Robert Ufukwe:

RANGI pambo lake Mungu, rangi haina kashifa
  COLOR is God's ornament far from a mark of demerit,
Ni wamoja walimwengu, wa chapati na wa mofa
  All are the same whether they eat millet or wheat bread;
Walaji ngano na dengu, wazima na wenye kufa
  Eaters of wheat and lentils, living and dead,
Rangi pambo lake Mungu, si alama ya maafa.
  Color is God's ornament, far from a mark of demerit.

Hupamba Nyota na Mbingu, na mawaridi na afu,
  He adorns the stars and the heavens, roses and jasmines,
Rangi adhama ya Mungu, na mwilini si uchafu;
  Color is God's majesty and on the body it's not uncleanness;
Si dalili ya machungu, dhambi wala upungufu,
  It is neither a mark of bitterness, nor sin nor blemish,
Rangi heba yake Mungu, Mwenyezi Mkamilifu.
  Color is the beauty of the perfect God Almighty.

Ni urembo wake Mungu, mwenye miliki ya sifa,
To prove the statement, it is God's ornament,
Na pambo la malimwengu, shahada ya taarifa;
The beauty of the universe and a sign of distinction;
Wajinga wa ulimwengu, rangi hudhani kashifa,
Fools in the world take color as a disgrace,
Rangi pambo lake Mungu, si alama ya maafa.
Color is God's ornament, far from a mark of demerit.

15 JANA ULIFANYA NINI? *WHAT DID YOU DO YESTERDAY?*

I. Jibu maswali haya:

1. Jana ilikuwa siku gani?

Jana ilikuwa _____ (*Saturday*)

_____ (*Sunday*)

_____ (*Monday*)

_____ (*Tuesday*)

_____ (*Wednesday*)

_____ (*Thursday*)

_____ (*Friday*)

2. Karamu ilikuwa siku gani? Ilikuwa _____

3. Arusi ilikuwa siku gani? Ilikuwa _____

4. Hotuba itakuwa siku gani? Itakuwa _____

5. Mkutano ulikuwa siku gani? Ulikuwa _____

6. Mkutano utakuwa tarehe gani? Utakuwa _____

II. Jibu maswali haya:

1. Jana nilikuwa _____ (*at home*).

_____ (*at work*).

_____ (*in town*).

2. a. Jana asubuhi ulikuwa wapi? _____

b. na mchana? _____

c. na alasiri? _____

d. na jioni? _____

e. na usiku? _____

3. a. Jana jioni ulifanya nini? Nilikwenda _____

b. Ulikwenda kufanya nini? _____

III. Jibu maswali haya:

1. Jana uliamka lini? _____

2. Jana ulitengeneza nini? _____

3. Ulitengeneza chakula gani? _____

4. Ulitengeneza kinywaji gani? _____

5. Jana ulisafisha chumba gani? _____

6. Baadaye ulifanya nini? _____

7. Ulikwenda kumtembelea nani? _____

   a. Nilikwenda kuwatembelea _____ (*my relatives*).

   b. Nilikwenda kuwatembelea _____ (*my people*).

   c. Nilikwenda kuwatembelea _____ (*my nephew and neices*).

   d. Nilikwenda kuwatembelea _____ (*my friends*).

8. Kulikuwa na watu wangapi? _____ (*two*).

_____ (*ten*).

_____ (*many*).

_____ (*a few*).

_____ (*three*).

9. Kulikuwa na ngoma ngapi? _____ (*two*).

_____ (*many*).

_____ (*a few*).

10. Kulikuwa na nani? _____ (*tourists*).

_____ (*my parents*).

_____ (*my siblings*).

_____ (*young people*).

_____ (*old people*).

_____ (*my neighbors*).

IV. Sema na maliza:

   Kwa mfano:
   Kulikuwa na jamaa zangu wote. (*All my relatives*)

1. _____ dada zangu wote. (*All my sisters*)

2. _____ kaka zangu wote. (*All my brothers*)

3. _____ ndugu zangu wote. (*All my siblings*)

4. _____ jirani zangu wote. (*All my neighbors*)

5. _____ watu wangu wote. (*All my people*)

6. _____ (*All my friends*)

7. _____ (*All my teachers*)

8. _____ (*All my students*)

9. _____ (*All my guests*)

10. _____ (*All my children*)

V. Badilisha kitu kimoja kuwa wingi: *Change the singular to plural:*

A Andika wingi wa maneno haya na maana yake:

Kwa mfano:
mwezi: miezi = month / months

1. mwaka: _____ = _____ / _____

2. mkono: _____ = _____ / _____

3. mguu: _____ = _____ / _____

4. mti: _____ = _____ / _____

5. mkoba: _____ = _____ / _____

6. mfuko: _____ = _____ / _____

7. mkate: _____ = _____ / _____

8. mlango: _____ = _____ / _____

9. mtandio: _____ = _____ / _____

10. mkutano: _____ = _____ / _____

B Andika wingi wa maneno haya:

Kwa mfano:
Jina - majina

1. gazeti - _____   3. soko - _____

2. duka - _____   4. sanduku - _____

5. tunda - _____   9. neno - _____

6. kabati - _____   10. jibu - _____

7. koti - _____   11. buibui - _____

8. shati - _____   12. juba - _____

VI. Jibu maswali haya kwa Kiswahili:

1. Hawa wote ni watoto wako? _____

2. Hawa wote ni wageni wako? _____

3. Hawa wote ni watu wako? _____

4. Hawa wote ni ndugu zako? _____

5. Hawa wote ni rafiki zako? _____

6. Hawa wote ni marafiki zako? _____

7. Hawa wote ni wapwa wako? _____

VII. Fasiri kwa Kiswahili:

1. Last year I travelled to East Africa. _____

2. I went to visit my relatives. _____

3. I visited all my cousins. _____

4. I visited all my friends. _____

5. We travelled to the Serengeti to see the game parks. _____

_____

6. We saw many animals. _____

7. We saw all the animals. _____

8. I was in the Serengeti and Manyara parks for four days. _____

_____

9. I returned to Dar Es Salaam after a week. _____

10. I was in East Africa for six weeks. _____

16 BEI GANI? *HOW MUCH DOES IT COST?*

I. Soma mazungumzo haya na uyajibu maswali yafuatayo:

Mnunuzi alikwenda sokoni kununua matunda. Aliona machungwa na alitaka kuyanunua. Aliuliza bei na muuzaji alimwambia kuwa bei yake ni kumi kwa shilingi nane. Yeye alijibu kuwa ni ghali. Alimtaka muuzaji apunguze bei. Muuzaji alisema kuwa machungwa yake si ghali kwa sababu ni makubwa na mazuri. Walipatana bei, na mwisho muuzaji alipunguza bei akayauza machungwa kwa shilingi saba na senti ishirini na tano. Alimuuliza muuzaji kama atapenda kitu kingine, na alimwambia kuwa yeye ana mboga nzuri. Mnunuzi atarudi siku nyingine. Leo hataki kununua mboga. Muuzaji aliendelea (*continued*) kupangapanga (*rearranging*) matunda yake na kutaraji (*expecting*) mnunuzi mwingine.

1. Mnunuzi alitaka kununua nini? _____

2. Machungwa hayo ni bei gani? _____

3. Mnunuzi alifikiri ni ghali au rahisi? _____

4. Nini bei yake ya mwisho? _____

5. Muuzaji alipunguza kiasi gani? _____

6. Je, mnunuzi aliyanunua machungwa? _____

7. Aliyanunua kwa bei gani? _____

8. Je, alinunua kitu kingine? _____

II. Fanya hesabu hizi:

1. Umekwenda Posta kununua stempu za barua. Kiasi gani utalipa kwa:

    Stempu 5 za senti 40 kila moja. _____

    Stempu 10 za senti 20 kila moja. _____

    Stempu 10 za senti 50 kila moja. _____

    Stempu 3 za shilingi 1 na senti 50 kila moja. _____

    Jumla utalipa kiasi gani? _____

2. Umekwenda bengi kuvunja pesa:

    Una dola 10 unataka kubadilisha. Utapata shilingi ngapi? _____

Una dola 50 unataka kubadilisha. Utapata shilingi ngapi? _____

_____

Una dola 100 unataka kubadilisha. Utapata shilingi ngapi? _____

_____

3. Umekwenda sokoni kununua matunda. Utalipa kiasi gani kwa:

   Machungwa 10 ya senti 70 kila moja? _____

   Mananasi 2 ya shilingi 10 kila moja? _____

   Maembe 6 ya shilingi 7 kila moja? _____

   Ndizi darzeni 2 za shilingi 15 kila darzeni? _____

   Jumla utalipa kiasi gani kwa vitu hivi vyote? _____

4. Umekwenda sokoni kununua kitoweo. Utatoa kiasi gani kwa:

   Nyama kilo 3 ya shilingi 100 kila kilo? _____

   Kuku wawili wa shilingi 150 kila mmoja? _____

   Samaki kilo 5 wa shilingi 50 kila kilo? _____

   Jumla utalipa kiasi gani? _____

5. Umekwenda kwa sonara (*jeweler*). Umenunua vitu hivi:
   Pete kwa shilingi 500; herini kwa shilingi 200; kidani kwa shilingi 3000;
   bangili mbili kwa shilingi 1000.

   a. Utalipa kiasi gani kwa jumla? _____

   b. Chombo kipi ni ghali? _____

   c. Nini tafauti baini ya bei ya herini na ya pete? _____

III. Sema au andika kwa Kiswahili: *Say or write in Swahili:*

   A   "I would like to buy some: . . ."

   1. ". . . pawpaws/papayas.": _____

   2. ". . . mangoes.": _____

   3. ". . . pineapples.": _____

   4. ". . . milk.": _____

   5. ". . . oil.": _____

   6. ". . . yams.": _____

7. "... bananas.": _____

8. "... grapes.": _____

9. "... coconuts.": _____

10. "... vegetables.": _____

B   "Which ...   ... do you want?"

1. "... oranges ...": _____

2. "... apples ...": _____

3. "... pineapples ...": _____

4. "... bananas ...": _____

C   "How many ...   ... do you want?"

1. "... oranges ...": _____

2. "... apples ...": _____

3. "... pineapples ...": _____

4. "... bananas ...": _____

D   "I would like to go ..."

1. "... to a store.": _____

2. "... to a clothes store.": _____

3. "... to a book store.": _____

4. "... to a drug store.": _____

5. "... to a fruit store.": _____

6. "... to a florist.": _____

7. "... to a butcher.": _____

8. "... to the market.": _____

9. "... to a watch repairer.": _____

10. "... to a shoe repairer.": _____

11. "... to a tailor.": _____

12. "... to a cleaner.": _____

13. "... to a barber/hair dresser.": _____

14. ". . . to a doctor.": _____

15. ". . . to Bwana Ali.": _____

16. ". . . to my friends.": _____

17. ". . . to my parents.": _____

18. ". . . to my neighbors.": _____

E   "These mangoes . . ."

1. ". . . are good.": _____

2. ". . . are sweet.": _____

3. ". . . are ripe.": _____

4. ". . . are not ripe.": _____

5. ". . . are small.": _____

6. ". . . are large.": _____

7. ". . . are red.": _____

8. ". . . are green.": _____

9. ". . . are expensive.": _____

10. ". . . are not expensive.": _____

11. ". . . are not enough.": _____

12. ". . . are bad.": _____

F   "I do not want bad . . ."

1. ". . . oranges.": _____

2. ". . . pineapples.": _____

3. ". . . coconuts.": _____

4. ". . . bananas.": _____

5. ". . . eggs.": _____

6. ". . . vegetables.": _____

7. ". . . fruits.": _____

8. ". . . grapes.": _____

IV. Jibu maswali haya:

   1. Unataka kununua nini? _____

   2. Utapenda kwenda duka gani? _____

   3. Utapenda yepi? _____

   4. Unataka mangapi? _____

   5. Utalipa bei gani? _____

   6. Mwisho utatoa kiasi gani? _____

   7. Je, unafikiri kuwa bei ilikuwa ghali au rahisi? _____

   _____

V. Jaza sehemu zilizoachwa tupu: *Fill in the blanks:*

   1. Thelathini jumlisha na hamsini ni ngapi? _____

   2. Sitini na tano towa kumi na tano ni ngapi? _____

   3. Ishirini zidisha kwa tano ni ngapi? _____

   4. Arbaini na mbili gawanya kwa saba ni ngapi? _____

VI. Andika maelezo au mazungumzo juu ya moja katika haya: *Write an account or
     a dialogue on one of these topics:*
              1. Sokoni   2. Muuzaji na mnunuzi   3. Duka la nguo

   _____

   _____

   _____

   _____

   _____

   _____

   _____

   _____

   _____

   _____

VII. Tazama picha ya ukarasa wa 67 katika *Kiswahili Kwa Kitendo* na uzieleze kwa Kiswahili:

    1. Wanawake watatu wamekutana njiani. (Eleza wamevaa mavazi gani, wako wapi na wanafanya nini, wanaongea nini.)

    _____

    _____

    _____

    _____

    _____

    _____

    _____

    2. Mwanamke yuko jikoni. (Eleza: Kuna vitu gani jikoni? Yeye amevaa nini? Anafanya nini? Anapika nini?)

    _____

    _____

    _____

    _____

    _____

    _____

    _____

    3. Picha ya Sokoni ieleze kwa maneno yako mwenyewe. Unaweza kutumia baadhi ya misemo iliyotumiwa katika mazungumzo ya darasa hili.

    _____

    _____

---

17 SHULENI *AT SCHOOL*

I. Soma maelezo ya ukurasa wa 68 katika *Kiswahili Kwa Kitendo* na uyajibu maswali haya:

1. Huyu pichani ni nani? _____

2. Yeye ni taifa gani? (*Yeye mwananchi wa wapi?*) _____

3. Anatoka wapi na sasa anakaa wapi? _____

4. Anafanya nini huko? _____

5. Yeye anafundisha nini? _____

6. Leo anafundisha nini? _____

7. Mwalimu anamuuliza nini Juma? _____

8. Mwalimu atafundisha hesabu gani nyingine? _____

II. A   Fanya hesabu hizi:

1. Mia moja jumlisha na mia moja ni ngapi? _____

2. Mia mbili jumlisha na mia mbili ni mia ngapi? _____

3. Mia nne jumlisha na mia nne ni ngapi? _____

4. Mia saba jumlisha na mia moja ni ngapi? _____

5. Mia tatu jumlisha na mia moja ni ngapi? _____

6. Mia tano jumlisha na mia tatu ni ngapi? _____

7. Shilingi kumi na tano jumlisha na shilingi kumi na tano ni ngapi? _____

_____

8. Shilingi kumi na tano ongeza shilingi kumi na tano ni ngapi? _____

_____

9. Shilingi thelathini towa shilingi kumi ni ngapi? _____

_____

10. Shilingi thelathini punguza shilingi kumi ni ngapi? _____

_____

11. Shilingi tano zidisha kwa shilingi tano ni ngapi? _____

_____

12. Shilingi tano mara shilingi tano ni ngapi? _____

B   Sema haya kwa Kiingereza:

    1. Ongeza/jumlisha
    2. Towa/punguza
    3. Zidisha kwa/mara

III. A   Soma yafuatayo na uyafasiri kwa Kiingereza:

1. Mwanafunzi yuko wapi? Mwanafunzi yuko darasani.

_____

2. Wanafunzi wako wapi? Wanafunzi wako darasani.

_____

3. Mwalimu yuko wapi? Mwalimu yuko mbele ya darasa.

_____

4. Mwalimu na mwanafunzi wako mbele ya meza.

_____

5. Kitabu kiko wapi? Kitabu kiko mezani.

_____

6. Vitabu viko wapi? Vitabu viko mezani.

_____

7. Kalamu iko wapi? Kalamu iko mezani.

_____

8. Kalamu ziko wapi? Kalamu ziko mezani.

_____

9. Hesabu ya kujumlisha iko ubaoni.

_____

10. Nambari ziko ubaoni.

_____

11. Deski liko wapi? Deski liko darasani.

_____

12. Ubao uko wapo? Ubao uko mbele.

13. Madeski yako wapi? Madeski yako darasani.

14. Mwanafunzi mmoja hayuko darasani.

15. Kitabu changu hakiko mezani.

16. Je mama yuko nyumbani? Mama hayuko nyumbani.

17. Je wazazi wako wako nyumbani? Wazazi wangu hawako nyumbani.

B   Jibu maswali yafuatayo:

1. Wanafunzi wako mbele (*front*) au nyuma (*back*) ya mwalimu?

2. Juma amesimama mbele ya nani?

3. Saa iko karibu na nini?

4. Saa iko wapi?

5. Saa ngapi ziko darasani?

6. Ubao uko mbele au nyuma ya mwalimu?

7. Kuna mbao ngapi?

8. Juma yuko mbele au nyuma ya mwalimu?

9. Wanafunzi wangapi wako darasani?

10. Juma yuko mbele ya saa?

_____

11. Watu wangapi wako darasani?

_____

12. Walimu wangapi wako darasani?

_____

13. Wasichana wangapi wako darasani?

_____

14. Madeski mangapi yako darasani?

_____

15. Saa ngapi ziko darasani?

_____

16. Vitabu vingapi viko kwenye meza ya mwalimu?

_____

17. Kalamu ngapi ziko kwenye meza ya mwalimu?

_____

18. Wako wanafunzi wangapi darasani? Wako

_____

19. Ziko saa ngapi ukutani? Ziko

_____

20. Yako madeski mangapi? Yako

_____

21. Viko vitabu vingapi darasani? Viko

_____

IV. Sema kwa Kiswahili:

1. The tea is on the table.
2. The food is in the kitchen.
3. The children are inside.
4. My parents are at work.

5. Where is your suitcase?
6. My suitcase is over there.
7. What color?

V. Jibu maswali haya:

1. Chuo kikuu chako kinaitwaje?

_____

2. Nchi yako inaitwaje?

_____

3. Kitabu chako kinaitwaje?

_____

4. Shule yako inaitwaje?

_____

5. Ngoma hii inaitwaje?

_____

6. Gazeti la mji linaitwaje?

_____

7. Hesabu za kuzidisha zinaitwaje kwa Kiingereza?

_____

8. Kitu hiki kinaitwaje kwa Kiswahili?

_____

9. Jumba (*building*) hili linaitwaje?

_____

10. Duka hili linaitwaje?

_____

VI. *Kiswahili Kwa Kitendo* ukurasa wa 68. Eleza picha hii kwa maneno yako mwenyewe. Shule ya chini/ shule ya msingi:

_____

_____

_____

_____

_____

_____

VII. Jibu maswali haya:

1. Wanafunzi wangapi wako katika darasa lako la Kiswahili?
    (*au*)
    Kuna wanafunzi wangapi katika darasa lako la Kiswahili?

_____

2. Wako wanawake wangapi?
    (*au*)
    Kuna wanawake wangapi?

_____

3. Wako wanaume wangapi?
    (*au*)
    Kuna wanaume wangapi?

_____

4. Viko vitu gani katika chumba hiki?
    (*au*)
    Kuna vitu gani katika chumba hiki?

_____

5. Viko viti vingapi na meza ngapi?
    (*au*)
    Kuna viti vingapi na meza ngapi?

_____

6. Yako madirisha mangapi?
    (*au*)
    Kuna madirisha mangapi?

_____

7. Iko milango mingapi?
    (*au*)
    Kuna milango mingapi?

_____

8. Ziko mbao ngapi?
    (*au*)
    Kuna mbao ngapi?

_____

VIII. Soma maelezo yafuatayo:

Picha hii inaonyesha darasa la Hesabu. Mwalimu na wanafunzi wako darasani. Mwalimu yuko mbele na wanafunzi wamekaa kwenye madeski mbele yake. Mwalimu huyu hufundisha darasa nyingi kila siku, lakini leo anafundisha Hesabu. Ameandika ubaoni: Mia tatu na ishirini jumlisha na mia mbili na thelathini na tano.

Yeye amemwita Juma kuja mbele ili afanye Hesabu. Wanafunzi wengine wanamsikiliza (*her*) na wanamtazama. Juma hajui jawabu, lakini anafikiri. Anajaribu kujumlisha kwanza mamia, halafu makumi, na mwisho anajumlisha mamoja. Juma anamjibu mwalimu kuwa jawabu ni mia tano na khamsini na tano. Mwalimu anamsifu (*praises*) Juma kwa kufanya vizuri. Juma amefurahi.

18 SAA NGAPI? *WHAT IS THE TIME?*

I. Andika saa hizi kwa Kiswahili:

II. Jibu maswali haya:

1. Mlango ulifunguliwa saa ngapi? _____

2. Gari lililetwa saa ngapi? _____

3. Gari lililetwa na nani? _____

4. Safari ilitengenezwa na nani? _____

5. Barua iliandikwa na nani? _____

6. Barua iliandikwa lini? _____

7. Habari ilitolewa lini? _____

8. Tikti ziliuzwa kiasi gani? _____

9. Pesa zililipwa na nani? _____

10. Kiongozi aliitwa na nani? _____

11. Chakula cha safari kilipikwa na nani? _____

12. Vitu vilitayarishwa na nani? _____

III. Jibu maswali haya:

1. Wewe huamka saa ngapi? _____

2. Huanza kazi saa ngapi? _____

3. Humaliza kazi saa ngapi? _____

4. Hurudi nyumbani lini? _____

5. Hufanya kazi kwa muda gani kila siku? _____

6. Hufanya kazi siku ngapi kwa juma? _____

7. Hufanya kazi siku gani? _____

8. Umefanya kazi kwa muda gani? _____

IV. The second account on page 70 of *Kiswahili Kwa Kitendo* refers to "mimi." Change it to "sisi" and make other necessary alterations:

V. Write the following Swahili times in English time:

1. Saa mbili na robo. _____

2. Saa nne na dakika ishirini. _____

3. Saa moja kasorobo. _____

4. Saa tatu na nusu za usiku. _____

5. Saa sita na dakika tano za mchana. _____

VI. Fasiri kwa Kiswahili:

1. When was this school opened? _____

2. When will your school be closed? _____

3. What time is the Post Office opened? _____

4. What time is the mail brought? _____

5. When is the newspaper delivered? _____

6. What time are the restaurants opened? _____

7. What time is the food served? _____

8. When is the mail collected? _____

9. What time does the bus leave? _____

10. What time does the bus arrive at the station? _____

11. What time does the plane arrive? _____

12. What time does the plane leave? _____

VII. Eleza picha ya ukurasa wa 71 au ukurasa wa 72 kwa Kiswahili. Tumia maneno haya:
amka, kitanda, vaa, nguo, viatu, jitayarisha, chelewa, mapema, soma, sikiliza, badilisha, taa, wazi, lala ondoka

_____

_____

_____

_____

_____

_____

_____

_____

_____

_____

_____

_____

_____

_____

_____

_____

_____

19 SIKUKUU YA FURAHA *HAPPY HOLIDAY*

I. Soma maelezo ya SOMO LA KUMI NA TISA au yasikilize kwenye ukanda wa maneno na ujibu maswali yafuatayo: *Read the account in Unit 19 or listen to this tape and then answer the following questions:*

1. Sikukuu ya Krismasi (*Noeli*) husherehekewa mara ngapi kila mwaka? _____

_____

2. Husherehekewa lini? _____

3. Husherehekewa na nani? _____

4. Husherehekewa vipi? _____

5. Wakristo ni watu wa dini gani? _____

6. Wao huenda wapi siku hiyo? _____

7. Huenda huko kufanya nini? _____

8. Siku hiyo watu hufanya nini? _____

9. Sikukuu hiyo itakuwa baada ya muda gani? _____

10. Waislamu husherehekea sikukuu gani? _____

11. Wao huzisherehekea vipi sikukuu hizo? _____

12. Sikukuu ya Kwanza husherehekewa vipi Marekani? _____

II. Sema, ufasiri, na ujibu maswali haya:

1. Chakula hiki kilipikwa na nani?

_____

_____

2. Kitambaa hiki kinauzwa na nani?

_____

_____

3. Mwizi huyu alikamatwa wapi?

_____

_____

4. Alikamatwa kwa sababu gani?

_____

_____

5. Kalamu yangu ilichukuliwa na nani?

_____

_____

6. Habari hizi zilitolewa na nani?

_____

_____

7. Zilitolewa katika gazeti gani?

_____

_____

8. Mkate huu ulipikwa na nani?

_____

_____

9. Hupikwa vipi?

_____

_____

10. Jirani yako amefikwa na nini?

_____

_____

11. Mazungumzo haya yametolewa na nani?

_____

_____

12. Sikukuu za Afrika ya Mashariki zinasherehekewa lini?

_____

_____

III. Badilisha umbo la kutendwa kuwa la kutenda: *Change from passive form to active form:*

1. Mazungumzo haya yametolewa na mtu yule. _____

2. Habari hii ilielezwa na Bi Asha. _____

3. Sikukuu za Afrika ya Mashariki zinasherehekewa na watu wa nchi nyingi.

_____

4. Nyimbo nzuri huimbwa na watoto. _____

5. Vyakula vingi hupikwa siku ya sikukuu na jamaa zetu. _____

_____

6. Miti hupambwa na watoto na watu wazima huwasaidia. _____

_____

7. Jamaa hutembelewa na watoto siku ya Sikukuu. _____

_____

8. Watoto walipewa zawadi na wazazi wao siku ya Krismas. _____

_____

9. Zawadi zilitolewa na wazazi. _____

10. Barua ziliandikwa na wafanyakazi. _____

IV. A Jibu maswali yafuatayo kwa kutumia hiki, kile, n.k. (maneno ya ukarasa wa 64):

1. Fatma alivunja vikombe vipi? _____

2. Fatma alinunua nguo ipi? _____

3. Fatma alizinunua nguo zipi? _____

4. Fatma alizichukua kalamu zipi? _____

5. Fatma alilisoma gazeti lipi? _____

6. Fatma aliyasoma magazeti yepi? _____

7. Fatma aliuleta mfuko upi? _____

8. Fatma aliileta mifuko ipi? _____

9. Fatma alimualika mgeni yupi? _____

10. Fatma aliwaalika wageni wepi? _____

B Jibu maswali haya ya juu kwa kutumia yangu, yako, n.k. (maneno ya ukurasa wa 59).

    Sasa jibu maswali haya:

1. Kikombe hiki kimevunjwa na nani? _____

2. Nguo hii ilinunuliwa na nani? _____

3. Kalamu hii ilichukuliwa na nani? _____

4. Gazeti hili lilisomwa na nani? _____

5. Mfuko huu ililetwa na nani? _____

6. Mgeni huyu alialikwa na nani? _____

7. Vikombe hivi vilivunjwa na nani? _____

8. Nguo hizi zilinunuliwa na nani? _____

9. Kalamu hizi zilichukuliwa na nani? _____

10. Magazeti haya yalisomwa na nani? _____

11. Mifuko hii ililetwa na nani? _____

12. Wageni hawa walialikwa na nani? _____

V.   Maliza sentensi hizi kwa kutumia neno litakalofaa:

1. Rafiki yako alikileta _____ kipi?

2. Rafiki yako aliinunua _____ ipi?

3. Rafiki yako alivichukua _____ vipi?

4. Rafiki yako aliyajua _____ yepi?

5. Rafiki yako alizipenda _____ zipi?

6. Rafiki yako alilichagua _____ lipi?

7. Rafiki yako alivitaka _____ vipi?

8. Rafiki yako aliuleta _____ upi?

9. Rafiki yako aliuleta _____ upi?

10. Rafiki yako aliinunua _____ ipi?

VI.   A Jibu maswali haya (unaweza kutumia -letea badala ya -pelekea):

1. Asha alimpelekea shoga yake nini? _____

2. Asha aliwapelekea shoga zake nini? _____

3. Asha alikupelekea nini? _____

4. Asha alikupelekeeni nini? _____

5. Asha alinipelekea nini? _____

6. Asha alitupelekea nini? _____

B Jibu maswali haya:

1. Uliletwa hapa na nani? _____

2. Rafiki huyu aliletwa hapa na nani? _____

3. Rafiki hawa waliletwa hapa na nani? _____

4. Kiti kile kililetwa hapa na nani? _____

5. Viti vile vililetwa hapa na nani? _____

6. Sanduku lile lililetwa hapa na nani? _____

7. Masanduku yale yaliletwa hapa na nani? _____

8. Mlango huu ulifungwa na nani? _____

9. Nyinyi mliletwa shuleni na nani? _____

10. Mizigo hii iliwekwa hapa na nani? _____

VII. Eleza Sikukuu ya "Kwanza." Tumia maneno haya katika maelezo yako:

jamaa	siku ya kwanza	-sherehekea	mavuno	mkeka
-pamba	rangi	karamu	zawadi	matunda
kinara	mishumaa	desturi	nguzo	furahi/furaha
umoja	kujichagulia	ujima	ujamaa	imani
kuumba	kufunga	nia		

au:

Eleza Sikukuu yoyote nyingine unayoijua (kwenye karatasi yako mwenyewe).

20 WATU WANGAPI? *HOW MANY PEOPLE?*

I. Soma maelezo haya ya Juma na aila yake na uyajibu maswali yafuatayo: *Read this account of Juma and his family then answer the questions which follow:*

Juma na aila yake wanaishi Unguja. Yeye aliitwa Juma kwa sababu alizaliwa siku ya Ijumaa. Ana ndugu watatu: Wanawake wawili na mwanamme mmoja. Kakake Juma ameoa na ana watoto wawili wa kike na mmoja wa kiume. Kakake Juma sasa yuko chuo kikuu cha Dar es Salaam; anasomea kuwa mwanasheria. Yeye atapenda kuwa wakili wa mambo ya biashara. Dadake Juma ameolewa na anaishi na mumewe si mbali sana na Juma. Yeye ni muuguzi katika hospitali. Ndugu yake wa tatu bado ni mdogo. Yeye ni mwanafunzi wa shule ya msingi (shule ya chini). Juma anaishi pamoja na wazazi wake, katika nyumba ya kiasi, si kubwa sana wala si ndogo. Babake ni mwalimu anasomesha katika shule ya juu. Mamake Juma analea watoto wake nyumbani na pengine hufanya kazi ya kujitolea (*voluntary*); huenda hospitali kusaidia wauguzi.

1. Juma ana ndugu wangapi? _____

2. Wanawake wangapi na wanaume wangapi? _____

3. Kakake ameoa? _____

4. Yeye anafanya kazi gani? _____

5. Ndugu zake wa kike wanafanya nini? _____

6. Je, wazazi wake wote wawili wanafanya nini? _____

7. Je, wewe umeoa/umeolewa? _____

8. Mumeo/mkeo anaitwaje? _____

9. Je, mnafanya kazi gani? _____

10. Mna watoto wangapi? Watoto gani? _____

II. Sema au andika kwa Kiswahili:

1. How many children do you have? _____

2. How many brothers and sisters do you have? _____

3. How many guests will you have tomorrow? _____

4. How many students do you have in your Swahili class? _____

_____

5. How many students have got their certificates this year? _____

_____

6. How many students were not able to get their certificates? _____

_____

7. How many sisters do not have tickets? _____

8. How many children entered school last year? _____

_____

III. Badilisha kuwa muundo wa kukataa: *Change into the negative construction:*

1. Wanafunzi wangapi watapata shule? _____

2. Wanafunzi wangapi wanarudi shule? _____

3. Wanafunzi wangapi watatoka shule? _____

4. Wanafunzi wangapi watatolewa shule? _____

5. Watoto wangapi wataingizwa shule hii mwakani? _____

_____

6. Wanafunzi wangapi watamaliza shule? _____

7. Wanafunzi wangapi watapata shahada? _____

8. Walimu wangapi watakuwa mkutanoni? _____

9. Walimu wangapi watapata kazi? _____

10. Wanafunzi wangapi wanatoka nchi za ng'ambo? _____

_____

IV. Jibu maswali haya:

1. Mnataka tikti za watu wangapi? _____

2. Mtapenda vyumba vya watu wangapi? _____

3. Mna gari la watu wangapi? _____

4. Mnataka meza ya watu wangapi? _____

5. Kulikuwa na watu wangapi karamuni? _____

6. Wanafunzi wangapi hawakufika darasani leo? _____

_____

7. Utapenda kupata wafanyaji kazi wangapi? _____

_____

8. Chama chenu kina wanachama wangapi? _____

_____

9. Wanachama wangapi hawakulipa ada? _____

_____

10. Wanachama wangapi wamelipa ada? _____

11. Mlikwenda watu wangapi? _____

12. Mtakuja watu wangapi? _____

13. Mnataka chumba cha watu wangapi? _____

14. Mlipata meza ya watu wangapi? _____

V. Eleza aila yako: *Describe your family:*

_____

_____

_____

_____

_____

_____

_____

_____

_____

_____

_____

VI. Eleza shule yako au chuo kikuu: *Describe your school or university:*

_____

_____

_____

_____

_____

_____

_____

_____

_____

_____

VII. Soma shairi hili limetungwa na Sheikh Shabaan:

UZURI/BEAUTY

UZURI wa uso mwema,	BEAUTY of the face is attractive,
Unavutia vitu vyote,	It draws all objects
Vya macho kutazama,	With eyes to percieve,
Unapopita po pote,	Wherever it passes by,
Walakini kwa kupima	But in comparison the
uzuri wa umbo bora.	beauty of form is better.
Uzuri kupita huu,	The beauty that outshines
Katika hii dunia,	this in the universe,
Nawapa msisahau,	I bid you to hold fast,
Ni uzuri wa tabia,	The beauty of habit,
Ni johari ya heshima	This is often the jewel of
duniani kila mara.	honor in the world.
Umbo pamoja na sura,	The form and the face,
Huwa katika maficho,	May be hidden,
Kwa mtu mwenye fikira,	From one with thought,
Lakini kasoro macho,	But of little sight,
Kwa hivi watu husema	People then say that these
si uzuri wa imara.	beauties are slight.

Tazama! dunia nzima,
Huendeshwa na tabia,
Kama tabia si njema,
Si ajabu kupotea,
Kitu kilicho adhama
ni tabia ya busara.

Kwa kutengeneza tabia,
Rai yangu na fikira,
Vyuo katika dunia,
Vingekuwa na tijara,
Kwa kuwa nayo daima
sera ya tabia bora.

Look! the whole world
Is conducted by habit,
If the habit is bad,
No wonder to go astray.
The glorious thing is the
habit of some wisdom.

In promoting the habit,
My idea and opinion are that
The universal education,
Would be of service
To insist upon a policy of
flawless manners.

21 UNA UMRI GANI? *HOW OLD ARE YOU?*

I. Soma mazungumzo yafuatayo au yasikilize kwenye ukanda wa maneno.
    Baada ya kusoma au kusikiliza yajibu maswali yafuatayo:

Mwalimu:	Je Juma ulizaliwa lini?
Juma:	Nilizaliwa mwezi wa Juni mwaka 1948.
Mwalimu:	Ulikulia wapi?
Juma:	Nilikulia Marekani.
Mwalimu:	Ulianza shule ya msingi mwaka gani?
Juma:	Nilianza mwaka 1954.
Mwalimu:	Ulikwenda shule ya msingi kwa miaka mingapi?
Juma:	Nilikwenda kwa muda wa miaka sita.
Mwalimu:	Ulianza kujifunza Kiswahili lini? Mwaka huu?
Juma:	Nilianza kujifunza Kiswahili mwaka uliopita katika mwezi wa Septemba. Nimejifunza Kiswahili sasa miezi mitano.
Mwalimu:	Kwa nini unajifunza Kiswahili?
Juma:	Kwa sababu nikijaaliwa nitakwenda Afrika ya Mashiriki, na pia nitapenda kujua lugha ya Kiafrika.

Maswali:

1. Je Juma alizaliwa lini na alikulia wapi?

_____

2. Lini alianza shule?

_____

3. Alikwenda shule ya msingi kwa muda gani?

_____

4. Ni muda gani tangu aanze kujifunza Kiswahili?

_____

5. Kwa nini anajifunza lugha hii?

_____

6. Andika sababu zako wewe za kujifunza Kiswahili:

_____

II. Soma halafu jibu maswali haya:

   1. Mtoto yule mrefu ana miaka mingapi?

   _____

   2. Kijana yule mrefu ana miaka mingapi?

   _____

   3. Kijana yule mwembamba ana miaka mingapi?

   _____

   4. Ndugu yule mrefu ana miaka mingapi?

   _____

   5. Mtoto yule mnene ana miaka mingapi?

   _____

III. Sikiliza au soma maelezo haya halafu jibu swali litakalofuata: *Listen or read the statement then answer the question that will follow:*

   1. Bibi huyu alizaliwa mwaka 1948. Sasa ni mwaka 1984. Je, bibi huyu ana miaka mingapi? _____

   2. Bwana huyu alizaliwa mwaka 1942. Sasa ni mwaka 1978. Bwana huyu ana miaka mingapi? _____

   3. Kijana huyu alizaliwa mwaka 1956. Sasa ni mwaka 1978. Kijana huyu ana miaka mingapi? _____

   4. Mtoto huyu alizaliwa mwaka 1949. Sasa ni mwaka 1954. Mtoto huyu ana miaka mingapi? _____

   5. Mtoto huyu aliingia shule mwaka 1961. Sasa ni mwaka 1966. Mtoto huyu yuko shule miaka mingapi? _____

   _____

   6. Kijana yule aliingia shule mwaka 1952. Sasa mwaka 1963. Kijana yule yuko shule sasa miaka mingapi? _____

   _____

   7. Ali aliingia shule mwaka 1958. Akatoka mwaka 1966. Ali alikaa shule miaka mingapi? _____

8. Ali alianza kujifunza Kiswahili mwezi wa Septemba. Sasa mwezi wa
    Januari. Ali amejifunza Kiswahili miezi mingapi? _____

    _____

9. Ali alisafiri Afrika ya Mashiriki katika mwezi wa Juni akarudi mwezi wa
    Agosti. Ali alikwenda safari kwa miezi mingapi? _____

    _____

10. Ali aliingia shule mwaka 1968. Akapata shahada yake mwaka 1972.
    Alijifunza kwa muda gani? _____

IV. Soma na andika Kiswahili cha maswali yafuatayo:

    1. Which year did you come to New York? _____

    2. How long have you stayed in New York? _____

    3. Which year were you born? _____

    4. How old are you now? _____

    5. Which year did you start school? _____

    6. How long have you been going to school? _____

    7. When did you start learning Swahili? _____

    8. How long is it since you started learning Swahili? _____

    _____

    9. How long have you been in this country? _____

    10. How long have you been in the United States? _____

    _____

V. Maliza sentensi hizi ili zilete maana. *Complete these sentences so they make
    sense:*

    1. Mwaka mmoja una miezi _____

    2. Nusu ya mwaka una miezi _____

    3. Miaka miwili ina _____

    4. Miaka mitatu ina _____

    5. Mwaka mmoja na nusu una _____

    6. Miezi kumi na miwili (mbili) sawasawa na _____

7. Miezi ishirini na nne ni sawasawa na _____

8. Miezi sita ni sawasawa na _____

22 NIJE LINI? *WHEN SHALL I COME?*

I. Soma mazungumzo ya Tabita na Bibi kwenye ukarasa wa 91 wa *Kiswahili Kwa Kitendo* au yasikilize kwenye ukanda wa maneno wa 22 na ujibu maswali yafuatayo:

1. Mazungumzo hayo yanasemwa na nani? _____

2. Mama watoto (Bibi) anamtaka Tabita afanye nini? _____

_____

3. Je, yeye atarudi lini? _____

4. Anamtaka Tabita awape nini watoto? _____

5. Je, anamtaka leo afue au apige pasi? _____

6. Apige pasi nguo za nani? _____

7. Tabita afike kazini saa ngapi kesho? _____

8. Kwa nini? _____

9. Itambidi aje vipi? _____

10. Kwa nini? _____

II. A Maliza sentensi zifuatazo kwa kutumia maneno uliyopewa:

Mimi sasa naondoka . . .

1. _____. (*look after the children*)

2. _____. (*look after my guests*)

3. _____. (*look after my parents*)

4. _____. (*look after my sister*)

5. _____. (*look after my things*)

6. _____. (*look after my suitcase*)

7. _____. (*look after my plants*)

8. _____. (*look after my animals*)

9. _____. (*look after my dog*)

10. _____. (*look after my cat*)

11. _____. (*look after my house*)

12. _____. (*look after my mail*)

13. _____. (*look after my car*)

14. _____. (*look after my store*)

B Niwape chakula gani?

1. Niwape _____? (*how much money*)

2. Niwape _____? (*which books*)

3. Niwape _____? (*which suitcases*)

4. Niwape _____? (*which clothes*)

5. Niwape _____? (*what kind of drinks*)

6. Niwape _____? (*what kind of food*)

C Unataka leo nifue nguo?

1. Unataka leo _____? (*to iron the clothes*)

2. Unataka leo _____? (*to go to the market*)

3. Unataka leo _____? (*to clean the house*)

4. Unataka leo _____? (*to clean which room*)

5. Unataka leo _____? (*to buy some food*)

6. Unataka leo _____? (*to return in the evening*)

7. Unataka leo _____? (*to bring the children*)

8. Unataka leo _____? (*to cook the food*)

9. Unataka leo _____? (*to cook what kind of food*)

10. Unataka leo _____? (*to give them what food*)

D   Jaribu ufike saa kumi na mbili unusu.

1. Jaribu _____. (*to go at 6:30*)

2. Jaribu _____. (*to come at 6:30*)

3. Jaribu _____. (*to be ready at 6:30*)

4. Jaribu _____. (*to bring them at 6:30*)

5. Jaribu _____. (*to fix it at 6:30*)

6. Jaribu _____. (*to do it at 6:30*)

E Lazima nije kwa miguu.

1. Lazima nije _____. (*by train*)

2. Lazima nije _____. (*by bus*)

3. Lazima nije _____. (*by plane*)

4. Lazima nije _____. (*at six thirty*)

5. Lazima nije _____. (*everyday*)

6. Lazima nije _____. (*early*)

7. Lazima nije _____. (*with my wife*)

8. Lazima nije _____. (*with my children*)

9. Lazima nije _____. (*after class*)

10. Lazima nije _____. (*before class*)

F Itanibidi niondoke nyumbani mapema.

1. Itanibidi _____ (*to go home early*)

2. Itanibidi _____ (*to arrive at home early*)

3. Itanibidi _____ (*to stay at home*)

4. Itanibidi _____ (*to return home early*)

5. Itanibidi _____ (*to wait at home*)

III. Sema kwa Kiswahili:

1. We are now leaving. Please look after the children.
2. How much money should I give them?
3. How much food should I cook?
4. How much should I pay?
5. What kind of work should I give them?
6. Do you want me to wait here?
7. Do you want me to buy some food?
8. Try and come early.
9. Try and be ready by six o'clock.
10. Will I have to walk?
11. I'll have to go home now.
12. We have to return home by bus.

IV. Sema kwa Kiingereza:

1. Mwambie Ali aje mapema kesho.
2. Mwambie Ali angoje nyumbani.
3. Mwambie Ali aende sokoni kununua vitu.
4. Mwambie Ali awapeleke watoto skuli.
5. Mwambie Ali akupe barua yangu.

V. Maliza sentensi hizi kwa kutumia maneno yako mwenyewe:

1. Unataka _____ nini leo?

2. Tafadhali _____ matunda na kuku.

3. _____ matunda gani na mangapi?

4. Kama bei si ghali _____ machungwa kumi, _____ mananasi

mawili na kuku mmoja.

5. Jaribu _____ mapema kwa sababu nataraji wageni.

6. Unataka _____ viazi pia au viko vya kutosha?

7. La, _____. Viko vya kutosha.

8. Lakini usisahau _____ maziwa.

VI. Sema mazungumzo haya na jaribu ufahamu maana yake na halafu
zungumza na mtu mwingine:

1. Mimi sasa natoka.
2. Nakwenda dukani.
3. Hutaki kitu?
4. Utarudi lini?
5. Natumai kurudi kabla ya saa tisa.

23 UNATAKA NIFANYE NINI? *WHAT DO YOU WANT ME TO DO?*

I. Soma mazungumzo ya Asha na Mosi ukarasa wa 94 au yasikilize kwenye ukanda wa maneno wa somo la 23, halafu ujibu maswali haya:

1. Asha anataka Mosi afanye nini? _____

_____

2. Asha anataka yeye na Mosi waende mahali gani? _____

_____

3. Asha na Mosi watakwenda mjini kufanya nini? _____

_____

4. Marafiki (mashoga) hawa wataondoka lini? _____

_____

5. Walimuuliza nani njia ya kwenda mjini? _____

_____

6. Mtu huyo aliwaambia nini? _____

7. Asha anataka waende vipi? _____

8. Kwa nini? _____

9. Dereva alitaka nauli gani? _____

10. Mosi alitaka kulipa kiasi gani? _____

11. Kwa nini? _____

12. Asha alimwambia nini Mosi? _____

II. Badilisha sentensi hii kwa kutumia maneno utakayopewa:

A   Twende tukatembee Mosi.

1. Twende _____ (*and eat*)

2. Twende _____ (*and play*)

3. Twende _____ (*and dance*)

4. Twende _____ (*and look*)

5. Twende _____ (*and study*)

6. Twende _____ (*and help*)

7. Twende _____ (*and buy something*)

8. Twende _____ (*and to do something*)

9. Twende _____ (*and ask*)

10. Twende _____ (*and work*)

B   Tusiondoke sasa. Nina kazi kumaliza.

1. _____ Nina kazi kumaliza. (*Let us not go now*)

2. _____ Nina kazi kumaliza. (*Let us not do it now*)

3. _____ Nina kazi kumaliza. (*Let us not study now*)

4. _____ Nina kazi kumaliza. (*Let us not cook now*)

5. _____ Nina kazi kumaliza. (*Let us not work now*)

6. _____ Nina kazi kumaliza. (*Let us not buy it now*)

7. _____ Nina kazi kumaliza. (*Let us not play now*)

8. _____ Nina kazi kumaliza. (*Let us not leave now*)

C   Tupite njia hii?

1. _____ njia hii? (*Shall we go...*)

2. _____ njia hii? (*Shall we follow...*)

3. _____ njia hii? (*Shall we travel...*)

4. _____ njia hii? (*Shall we come...*)

5. _____ njia hii? (*Shall we wait...*)

D   Tusipite njia hii kwani ni ya mzunguko kidogo.

1. _____ njia hii kwani ni ya mzunguko kidogo.
   (*We should not go...*)

2. _____ njia hii kwani ni ya mzunguko kidogo.
   (*We should not follow...*)

3. _____ njia hii kwani ni ya mzunguko kidogo.
   (*We should not travel...*)

4. _____ njia hii kwani ni ya mzunguko kidogo.
   (*We should not come...*)

5. _____ njia hii kwani ni ya mzunguko kidogo.
    (*We should not wait...*)

E   Muulize yule mtu njia ya karibu.

1. _____ yule mtu njia ya karibu. (*Tell...*)

2. _____ yule mtu njia ya karibu. (*Direct...*)

3. _____ yule mtu njia ya karibu. (*Show...*)

4. _____ yule mtu njia ya karibu. (*Answer...*)

5. _____ yule mtu njia ya karibu. (*Explain...*)

F   La, usimwambie. Saa zinakwenda.

1. _____. Saa zinakwenda.
    (*Don't ask him*)

2. _____. Saa zinakwenda.
    (*Don't show him*)

3. _____. Saa zinakwenda.
    (*Don't wait for him*)

4. _____. Saa zinakwenda.
    (*Don't explain to him*)

5. _____. Saa zinakwenda.
    (*Don't answer him*)

G   Itatubidi tupande gari kwani ni mbali.

1. Itatubidi _____ gari kwani ni mbali. (*to go buy*)

2. Itatubidi _____ gari kwani ni mbali. (*to take*)

3. Itatubidi _____ gari kwani ni mbali. (*to buy*)

4. Itatubidi _____ gari kwani ni mbali. (*to request*)

5. Itatubidi _____ gari kwani ni mbali. (*to travel by*)

H   Mwambie atapunguzie.

1. Mwambie _____. (*to do it for me*)

2. Mwambie _____. (*to call for me*)

3. Mwambie _____. (*to cook for me*)

4. Mwambie _____. (*to ask about it for me*)

5. Mwambie _____. (*to write it for me*)

6. Mwambie _____. (*to bring it for me*)

7. Mwambie _____. (*to send it for me*)

8. Mwambie _____. (*to read it for me*)

9. Mwambie _____. (*to fix it for me*)

10. Mwambie _____. (*to take it for me*)

11. Mwambie _____. (*to buy it for me*)

12. Mwambie _____. (*to open it for me*)

III. A Sema kwa Kiswahili:

1. Let us go ask someone the way.
2. Let us go and eat with them.
3. Let us go and see a local dance.
4. Let us go and listen to the news.
5. Let us not leave now as I have some work to finish.
6. For how long should we wait?
7. Shall we go now? Are you ready?
8. We will have to go by taxi as there are no buses at this time.
9. Ask him to reduce the fare for us.
10. Ask him to wait for us. We have to take our things to the hotel.

B Badilisha sentensi hii kwa kutumia maneno utakayopewa:

Mwambie Ali aende sokoni.

1. _____ (*Ali na Juma*)

2. _____ (*wageni*)

3. _____ (*fika*)

4. _____ (*rudi*)

5. _____ (*tembea*)

6. _____ (*ja*)

7. _____ (*enda*)

8. _____ (*ngoja*)

IV. Andika kinyume cha maneno haya na uyafasiri kwa Kiingereza.

A Andika jina lako. Usiandike jina lako *Don't write your name* (s.)

1. Andika kitu _____

2. Sema jina lako _____

3. Sema neno _____

4. Pita njia hii _____

5. Kula chakula hiki _____

6. Nenda nje _____

7. Njoo kesho _____

8. Chelewa kufika _____

9. Muulize neno _____

10. Mjibu swali lake _____

B Andikeni majina yenu. Msiandike majina yenu. *Don't write your name* (s)

1. Semeni majina yenu. _____

2. Njooni kesho. _____

3. Piteni njia hii. _____

4. Kuleni chakula hiki. _____

5. Nendeni nje. _____

6. Cheleweni kufika. _____

7. Mjibuni swali lake. _____

8. Muulizeni neno. _____

V. Badilisha sentensi hizi kwa kutumia neno utakalopewa na uifasiri kwa Kiingereza.

A Yakulazimu ukae nyumbani sasa.

1. Yakulazimu _____ nyumbani sasa. (*fika*)

2. Yakulazimu _____ nyumbani sasa. (*ondoka*)

3. Yakulazimu _____ nyumbani sasa. (*kwenda*)

4. Yakulazimu _____ nyumbani sasa. (*kuja*)

5. Yakulazimu _____ nyumbani sasa. (*kula*)

6. Yakulazimu _____ nyumbani sasa. (*ngoja*)

B Yamlazimu akae nyumbani sasa.

1. Yamlazimu _____ nyumbani sasa. (*fika*)

2. Yamlazimu _____ nyumbani sasa. (*ondoka*)

3. Yamlazimu _____ nyumbani sasa. (*kwenda*)

4. Yamlazimu _____ nyumbani sasa. (*kuja*)

5. Yamlazimu _____ nyumbani sasa. (*kula*)

6. Yamlazimu _____ nyumbani sasa. (*ngoja*)

C Yatulazimu tukae nyumbani sasa hivi.

1. Yatulazimu _____ nyumbani sasa hivi. (*fika*)

2. Yatulazimu _____ nyumbani sasa hivi. (*ondoka*)

3. Yatulazimu _____ nyumbani sasa hivi. (*kwenda*)

4. Yatulazimu _____ nyumbani sasa hivi. (*kuja*)

5. Yatulazimu _____ nyumbani sasa hivi. (*kula*)

6. Yatulazimu _____ nyumbani sasa hivi. (*ngoja*)

VI. Sikiliza maelezo halafu yabadilishe kuwa kitendo cha kuamrisha: *Listen to the statement and then change it into an imperative or a request form*

    Kwa mfano:
    Ali aliweka vitu vyake hapa. Ali weka vitu vyako hapa.

1. Fundi anatengeneza saa yangu. _____

2. Ali anarudi shule mapema. _____

3. Juma anakwenda sokoni. _____

4. Dereva anapita njia hii. _____

5. Ali alinipa habari. _____

6. Fatuma alinionyesha njia. _____

7. Mwalimu alinifahamisha swali. _____

8. Utaniambia jina lako. _____

9. Utanijibu swali langu. _____

10. Utatungoja karibu na posta. _____

11. Alimwambia Ali aje mapema. _____

12. Alimkataza mtoto kwenda nje. _____

VII. Read the following instructions then respond to them in writing in Swahili.

1. Ask someone to sell you a book you may need for a course.

_____

2. Ask a friend to lend you a pen. Tell him that you think you have left yours at home.

_____

_____

3. Ask someone to show you the way to the nearest Post Office.

_____

4. Ask a passerby to tell you directions to the airport.

_____

5. Ask a waiter to bring you a cup of coffee without milk.

_____

6. Ask a visitor what you can do for him. Ask him for how long has he been waiting for you.

_____

_____

7. Ask a friend to telephone you tomorrow before 7 p.m. or after 10 p.m.

_____

_____

8. Ask a friend to tell you the news as you haven't yet read the paper.

_____

_____

9. Ask a taxi driver to take you to the market.

_____

10. Ask a friend to show you his road map.

_____

11. Ask a waiter to bring you the menu/the list of food.

_____

12. Ask a friend to wait for you here.

_____

24 RAMANI YA NJIA *THE ROAD MAP*

I. Jibu maswali haya yafuatayo:

A 1. Nchi ya Kenya iko wapi? _____

   2. Nchi ya Tanzania iko wapi? _____

   3. Nchi ya Uganda iko wapi? _____

   4. Nchi ya Ghana iko wapi? _____

   5. Nchi ya Algeria iko wapi? _____

   6. Nchi ya Uhabeshi iko wapi? _____

   7. Nchi ya Msumbiji iko wapi? _____

   8. Nchi ya Botswana iko wapi? _____

   9. Nchi ya Misri iko wapi? _____

   10. Nchi ya Kanada iko wapi? _____

B 1. Kenya iko wapi? _____

   2. Tanzania iko wapi? _____

   3. Unguja iko wapi? _____

   4. Nairobi iko wapi? _____

   5. Kilwa iko wapi? _____

II. Sema maswali na uyajibu kwa kukataa halafu kwa kukubali: *Say the questions and then answer them first negatively and then affirmatively:*

A

1. Hoteli ya Kilimanjaro iko karibu na kiwanja cha ndege?

a _____

b _____

2. Nyumba yako iko karibu na kiwanja cha ndege?

a _____

b _____

3. Ofisi ya watalii iko karibu na kiwanja cha ndege?

a _____

b _____

4. Ikulu iko karibu na hoteli?

a _____

b _____

5. Ofisi ya Balozi wa Amerika iko karibu na mji?

a _____

b _____

6. Shule ya Upanga iko karibu na hoteli?

a _____

b _____

7. Chuo kikuu kiko karibu na hospitali?

a _____

b _____

8. Kituo cha basi kiko karibu na hoteli?

a _____

b _____

9. Kiwanja cha ndege kiko karibu na mji?

a _____

b _____

10. Stesheni ya garimoshi iko karibu na hoteli?

a _____

b _____

B

1. Bwana Ali yuko nyumbani sasa?

a _____

b _____

2. Mwalimu wako yuko darasani?

a _____

b _____

3. Karani yuko ofisini?

a _____

b _____

4. Daktari *yuko*/yumo ndani?

a _____

b _____

5. Rais yuko mjini?

a _____

b _____

6. Wageni wa Ulaya wako hoteli?

a _____

b _____

7. Wageni wako wako hoteli?

a _____

b _____

8. Baba yako yuko nyumbani?

a _____

b _____

III. Maliza maswali haya kwa kutumia maneno uliyopewa:

1. Nyumba yako iko karibu au mbali? (*the state house*)

_____

2. Nyumba yako iko karibu au mbali? (*the office*)

_____

3. Nyumba yako iko karibu au mbali? (*the school*)

_____

4. Nyumba yako iko karibu au mbali? (*the library*)

_____

5. Nyumba yako iko karibu au mbali? (*the Kilimanjaro hotel*)

_____

6. Nyumba yako iko karibu au mbali? (*the Post Office*)

_____

7. Nyumba yako iko karibu au mbali? (*the tourist office*)

_____

8. Nyumba yako iko karibu au mbali? (*the Ministry of Education*)

_____

9. Nyumba yako iko karibu au mbali? (*the museum*)

_____

10. Nyumba yako iko karibu au mbali? (*the bus station*)

_____

11. Nyumba yako iko karibu au mbali? (*the train station*)

_____

12. Nyumba yako iko karibu au mbali? (*the Police Station*)

_____

IV. Jibu maswali haya kwa Kiswahili na utumie katika majibu yako maneno uliyopewa: *Answer the questions in Swahili incorporating into your answers the given words:*

1. Wanafunzi wako wapi? (*class*)

_____

2. Watoto wa Bi Asha wako wapi? (*America*)

_____

3. Wageni wa Bi Asha wako wapi? (*at a play*)

_____

4. Ndugu zako wako wapi? (*home*)

_____

5. Wanafunzi wako wako wapi? (*library*)

_____

6. Jamaa zako wako wapi? (*village*)

_____

7. Wakulima wote wako wapi? (*plantation*)

_____

8. Wageni wako wako wapi? (*town*)

_____

V. Sema kwa Kiswahili:

1. I don't know where Bi Asha is.
2. I don't know where the children are?
3. I don't know where the General Post Office is.
4. Where is your headmaster?
5. The headmaster is in his office.
6. Where are your teachers?
7. Our teachers are at a meeting.
8. My parents are in Zanzibar.
9. My husband is not in.
10. Her fiance is over there.

VI. Jibu kwa Kiswahili:

1. Unapajua alipo Bi Asha? _____

2. Unapajua walipo watoto? _____

3. Unapajua walipo wageni wanaotoka Amerika? _____

_____

4. Unapajua lilipo duka la Macy's _____

5. Unapajua ilipo Posta kuu? _____

6. Unapajua ilipo ofisi ya Bwana Bakari? _____

7. Unapajua ilipo ofisi ya ubalozi wa Marekani? _____

_____

8. Unapajua ilipo ofisi ya konseli wa Ufaransa? _____

_____

9. Unapajua ulipo mkahawa wa Taj Mahal? _____

_____

10. Unapajua kilipo chuokikuu cha Nairobi? _____

_____

VII. Giving directions to places. Use a road map and a set of cards indicating places from your Karata for *Kiswahili Kwa Kitendo*. Students should take turns giving these directions.

25 AFRIKA MASHARIKI *EAST AFRICA*

I. Soma au sikiliza maelezo ya ukarasa wa 104 halafu ujibu maswali yafuatayo:

1. Kiswahili kinasemwa sana wapi? _____

2. Nchi za Afrika ya Mashariki ni zipi? _____

_____

3. Nchi za Tanzania ni zipi? _____

4. Kiswahili ni lugha ya kwanza ya watu gani? _____

_____

5. Waswahili wanakaa wapi? _____

6. Taja miji mine ya Mwambao wa Kenya. _____

_____

7. Mji mkuu wa Tanzania ni upi? _____

8. Mji mkuu wa Kenya ni upi? _____

9. Mji mkuu wa Uganda ni upi? _____

10. Taja milima mitatu mirefu ya Afrika ya Mashariki. _____

_____

II. Soma maelezo ya ukurasa wa 105 na ujibu maswali yafuatayo:

1. Taja majira ya hewa mane ya mwambao wa Afrika Mashariki.

_____

_____

2. Kuna hali ya hewa ya namna gani katika majira ya masika?

_____

_____

3. Kuna hali ya hewa ya namna gani katika kiangazi au kaskazi?

_____

_____

4. Kuna hali ya hewa ya namna gani katika kipupwe?

_____

_____

5. Kipupwe ni wakati gani?

_____

_____

6. Masika ni wakati gani?

_____

_____

7. Kaskazi ni wakati gani?

_____

_____

8. Hali ya hewa ya namna gani unatumai katika mwezi wa Desemba?

_____

_____

9. Hali ya hewa ya namna gani unatumai katika mwezi wa Aprili?

_____

_____

10. Hali ya hewa ya namna gani unatumai katika Julai?

_____

_____

11. Hali ya hewa ya Mombasa i vipi?

_____

_____

Unaipenda ama huipendi? _____

12. Hali ya hewa ya Nairobi i vipi?

_____

_____

Unaipenda? _____

III. Eleza hali ya hewa ya leo ya mahali ulipo. Tumia baadhi ya maneno haya. Tumia kamusi kutafuta maneno usiyoyajua au usiyoyakumbuka, au kariri somo la tisa katika *Kiswahili Kwa Kitendo*:

jua, joto, jua kali, miali, baridi kali, upepo mwingi, vuguvugu, manyunyu, kumetanda, kumepambazuka, kumekucha, kumekuchwa, chomoza, umande, vuguvugu tufani, radi, umeme, kimbunga, shwari, mawingu, maporomoko

IV. Chagua mahali pamoja pa Afrika Mashariki (nchi, mji au kijiji) unapopajua au ambapo unaweza kupata habari zake. Andika maelezo ya mahali hapo kwa maneno yako mwenyewe:

V. Soma MAELEZO ya ukurasa 106 juu ya ku, pa na mu— na halafu jibu maswali haya kwa kutumia majibu uliyopewa:

1. Ulikwenda wapi jana?

(*to Ali's house*) _____

(*to his house*) _____

(*to their home*) _____

2. Ulimwona mahali gani?

(*at his house*) _____

(*at his parent's house*) _____

(*at my house*) _____

3. Ulizungumza naye wapi?

(*in his room*) _____

(*at his office*) _____

(*inside his office*) _____

4. Ulikaa wapi?

(*on my chair*) _____

(*on his chair*) _____

(*in my car*) _____

5. Uliziweka wapi pesa?

(*on the table*) _____

(*on his table*) _____

(*in his bag*) _____

6. Uliweka wapi gari?

(*near the bank*) _____

(*in front of the bank*) _____

(*behind the bank*) _____

7. Sukari iko wapi?

(*in the bottle/jar*) _____

(*at the store*) _____

(*in the bag*) _____

VI. Andika sentensi kutumia:

   A   1.   kuna:

_____

_____

       2.   pana:

_____

_____

       3.   mna:

_____

_____

   B   1.   iko:

_____

_____

       2.   ipo:

_____

_____

       3.   imo:

_____

_____

   C   1.   kwangu:

_____

2. pangu: _____

_____

_____

3. mwangu: _____

_____

_____

D   1. kwa: _____

_____

_____

2. pa: _____

_____

_____

3. mwa: _____

_____

_____

E   1. karibu na: _____

_____

_____

2. mbele ya: _____

_____

_____

3. nyuma ya: _____

_____

_____

VII. Soma maelezo haya yamo katika kitabu cha Saidi Mwabindo Nurru kiitwacho *Ndoa ya Mzimuni* kilichapishwa na East African Literature Bureau, mwaka 1974. Kwenye ukurasa wa 3 anazungumzia haya:

Manyunyu ya maji huruka kiasi kikubwa cha mzunguko na kufanya ardhi kuwa na unyevu kila wakati. Ijapokuwa (*although*) jua hupenyeza miali yake, ndivyo inavyozidi kupatia nguvu na kusababisha miti ya maua kumea na kuota maua mazuri ya kunukia, kama vile miwaridi, miasumini na mivilu. Miti mikubwa iliyopo hapo ni milangilangi, mikadi, misandali na miafu, mingi isiyo idadi.

Hakika ni mahali pa kunukia na kupendeza sana.

VIII. Ukiwa na wakati soma na haya yaliyoandikwa na Said Ahmed Mohamed katika kitabu chake *Asali chungu*, mwaka 1977, uk. 99:

Alipita marikiti ya kuku na matunda. Shokishoki zilikuwa zimejazana (*plenty*), zimeeneza wekundu na umanjano na kubadilisha mandhari ya soko. Madoriani yalikuwa yamehanikiza (*stinks*) na kuwatamanisha wote waliokuja sokoni ambao hawakerwi (*not bothered*), na harufu (*smell*) yake mbaya. Machungwa, ndimu, malimau, madanzi, mabelungi, chenza, na mapera yalikuwa vururu (*abundant*). Maembe na mananasi yalikuwa haba, yamekwishaaanza kuadimika (*scarce*). Mbali (*besides*) zile mboga mboga na matunda ya viungo vya mchuzi (*ingredients for the curry*); vyote vilikuwa vikichekelea furaha (*rejoicing*) na kuwaita wanunuzi kujinunulia walichopenda. Kulikuwa na kila kitu sokoni kwa mwenye pesa zake, lakini kwa Dude palikuwa patupu.

26 ULIKUWA WAPI? *WHERE HAVE YOU BEEN?*

I. Jibu maswali ya mazungumzo haya:

Jana mimi nilikwenda pwani kuogelea.

1. Je, wewe ulikuwa wapi? _____

2. Ulikuwa na nani? _____

3. Mlikwenda vipi? _____

4. Siku yenu ilikuwaje? _____

5. Mlistarehe sana? _____

II. Maliza sentensi hii kwa kutumia maneno utakayopewa:

A   Sikukuona kwa muda mrefu.

1. Sikukuona _____ (*many days*)

2. Sikukuona _____ (*for a while*)

3. Sikukuona _____ (*from last month*)

4. Sikukuona _____ (*for a whole week*)

5. Sikukuona _____ (*for two months*)

6. Sikukuona _____ (*for a whole month*)

7. Sikukuona _____ (*for a whole year*)

8. Sikukuona _____ (*for the last three days*)

9. Sikukuona _____ (*from last Friday*)

10. Sikukuona _____ (*at the meeting*)

11. Sikukuona _____ (*at the restaurant*)

12. Sikukuona _____ (*at Ali's house*)

B   Sikuwa mjini. Nilikwenda safari.

1. Sikuwa _____ (*at work*). Nilikwenda safari.

2. Sikuwa _____ (*at home*). Nilikwenda safari.

3. Sikuwa _____ (*at the meeting*). Nilikwenda safari.

4. Sikuwa _____ (*at your house*). Nilikwenda safari.

5. Sikuwa _____ (*at your party*). Nilikwenda safari.

6. Sikuwa _____ (*there*). Nilikwenda safari.

7. Sikuwa _____ (*here*). Nilikwenda safari.

8. Sikuwa _____ (*in the village*). Nilikwenda safari.

C   Uliondoka lini? Mwezi huu?

1. _____ (*did you go*) lini? Mwezi huu?

2. _____ (*did you return*) lini? Mwezi huu?

3. _____ (*did you travel*) lini? Mwezi huu?

4. _____ (*did you arrive*) lini? Mwezi huu?

5. _____ (*did you leave*) lini? Mwezi huu?

D   Niliondoka mwezi uliopita.

1. Niliondoka _____. (*last year*)

2. Niliondoka _____. (*a week ago*)

3. Niliondoka _____. (*two weeks ago*)

4. Niliondoka _____. (*two months ago*)

5. Niliondoka _____. (*two days ago*)

6. Niliondoka _____. (*few days ago*)

E   Ulisafiri vipi? Kwa ndege?

1. Ulisafiri vipi? _____? (*by bus*)

2. Ulisafiri vipi? _____? (*by boat*)

3. Ulisafiri vipi? _____? (*by train*)

4. Ulisafiri vipi? _____? (*by plane*)

F   Sikwenda peke yangu. Nilisafiri na rafiki yangu.

1. Sikwenda peke yangu. Nilisafiri na _____. (*my daughter*)

2. Sikwenda peke yangu. Nilisafiri na _____. (*my husband*)

3. Sikwenda peke yangu. Nilisafiri na _____. (*my wife*)

4. Sikwenda peke yangu. Nilisafiri na _____. (*my son*)

5. Sikwenda peke yangu. Nilisafiri na _____. (*my sister*)

6. Sikwenda peke yangu. Nilisafiri na _____. (*my brother*)

7. Sikwenda peke yangu. Nilisafiri na _____. (*my parents*)

8. Sikwenda peke yangu. Nilisafiri na _____. (*my cousin*)

9. Sikwenda peke yangu. Nilisafiri na _____. (*my neighbor*)

10. Sikwenda peke yangu. Nilisafiri na _____. (*my friend*)

G   Hatukukaa siku nyingi. Tulikaa juma moja.

1. Hatukukaa siku nyingi. Tulikaa _____. (*two weeks*)

2. Hatukukaa siku nyingi. Tulikaa _____. (*three weeks*)

3. Hatukukaa siku nyingi. Tulikaa _____. (*one month*)

4. Hatukukaa siku nyingi. Tulikaa _____. (*two months*)

5. Hatukukaa siku nyingi. Tulikaa _____. (*a few days*)

6. Hatukukaa siku nyingi. Tulikaa _____. (*one year*)

7. Hatukukaa siku nyingi. Tulikaa _____. (*two years*)

III. Sema kwa Kiswahili na uandike:

1. We stayed in the village. _____

2. We stayed for two weeks. _____

3. We stayed at a friend's house. _____

4. We did not stay at the students' dormitory. _____

_____

5. I went by myself. _____

6. I lived by myself. _____

7. Did you go alone? _____

8. Their country is beautiful. _____

9. Your country is big. _____

10. My house is that one. _____

IV. Jibu maswali yafuatayo kwa kutumia maneno utakayopewa:

A Safari ilikuwa vipi?

1. _____ (good)
2. _____ (bad)
3. _____ (not bad)
4. _____ (not very bad)

B Chakula kilikuwa vipi?

1. _____ (very good)
2. _____ (very bad)
3. _____ (had too much salt)
4. _____ (had too much pepper)
5. _____ (was tasty)

C Kahawa ilikuwa vipi?

1. _____ (very good)
2. _____ (very bad)
3. _____ (very cold)
4. _____ (very hot)
5. _____ (had too much milk)
6. _____ (very strong)
7. _____ (very weak)

V. Jibu maswali yafuatayo kwa Kiswahili:

Kwa mfano:
Uliipenda nchi? Niliipenda/La, sikuipenda

1. Uliipenda Tanzania? _____

2. Uliipenda Dar es Salaam? _____

3. Uliipenda ile nguo? _____

4. Ulikipenda kitambaa? _____

5. Ulikipenda chakula? _____

6. Uliupenda mji? _____

7. Uliupenda mtihani? _____

8. Ulilipenda shati? _____

9. Ulimpenda mgeni wako? _____

10. Uliwapenda wageni wako? _____

11. Ulivipenda vyakula? _____

12. Ulizipenda nguo? _____

13. Uliyapenda maua? _____

14. Ulizipenda kanga? _____

VI. Andika mazungumzo yako mwenye juu ya:

"SAFARI YETU"

_____

_____

_____

_____

_____

_____

_____

_____

_____

_____

_____

_____

_____

_____

_____

_____

_____

_____

VII. Waulize watu watatu habari za safari zao: yako:

Siku ya kwanza:

_____

_____

Siku ya pili:

_____

_____

Siku ya tatu:

_____

_____

Siku ya nne:

_____

_____

Siku ya tano:

_____

_____

Siku ya sita:

_____

_____

Siku ya saba:

_____

_____

SIKU KUMI ZA MGENI *TEN DAYS OF A GUEST'S STAY*

Mgeni siku ya kwanza   On the first day the guest
Mpe mchele na panza   (We) give him rice and coconut
Mtilie kifuuni   dished out in a coconut shell
Mkaribishe mgeni.   (We) welcome him, the guest.

Mgeni siku ya pili,	On the second day the guest
Mpe ziwa na samli	(We) give him milk and ghee.
Mahaba yakizidia,	Should the guest ingratiate himself
Mzidishie mgeni.	Expand towards the guest.
Mgeni siku ya tatu,	On the third day the guest
Nyumbani hamna kitu,	Not a thing in the house,
Mna vibaba vitatu,	Only three measures,
Pika ule na mgeni.	Cook it and eat with the guest.
Mgeni siku ya nne,	On the fourth day
Mpe jembe akalime,	Give the guest a hoe to cultivate,
Akirudi mwaagane,	When he returns, farewell,
Ende/Enende kwao mgeni.	to his own, the guest.
Mgeni siku ya tano,	On the fifth day the guest,
Mwembamba kama sindano,	thin as a needle,
Nyumba haishi mnong'ono	The house never free of whispering.
Atetwa yeye mgeni.	Fighting the guest.
Mgeni siku ya sita,	On the sixth day the guest
Mkila mkijificha,	All are eating and hiding themselves,
Wengine vipembeni,	Some lurking in corners,
Afichwa yeye mgeni.	Hiding from the guest.
Mgeni siku ya saba,	On the seventh day the guest,
Si mgeni ana baa,	A guest no longer, but mischief-maker,
Hata moto mapaani,	Should there be fire on the roofs,
Metia yeye mgeni.	The guest could have set it.
Mgeni siku ya nane,	On the eighth day the guest,
Njoo ndani tuagane	Come inside and bid farewell,
Akitoka huko ndani,	Once he steps outside,
"Kwa heri, nenda mgeni."	"Goodbye, go, guest."
Mgeni siku ya kenda,	On the ninth day, the guest,
Enenda mwana kwenenda,	Go for ever Guest,
Usirudi nyuma (ndani),	Don't ever return,
Sirudi tena mgeni.	Don't come back Guest.
Mgeni siku ya kumi,	On the tenth day the guest,
Kwa mateke na magumi,	With kicks and blows
Afukuzwaye ni nani,	Who, is being chased away,
Afukuzwaye mgeni.	Being chased away is the guest.

27 UTASAFIRI LINI? *WHEN WILL YOU TRAVEL?*

I. Jibu maswali yafuatayo kwa kutumia maneno uliyopewa:

A Mtasafiri lini?

1. _____ (*this year*)

2. _____ (*next year*)

3. _____ (*the coming year*)

4. _____ (*this month*)

5. _____ (*next month*)

6. _____ (*this week*)

7. _____ (*next week*)

8. _____ (*after three weeks*)

9. _____ (*after three months*)

10. _____ (*after three years*)

11. _____ (*in the middle of the month*)

12. _____ (*in the summer vacation*)

B Mkienda Afrika ya mashariki, mtapenda kufanya nini huko?

1. _____

_____(*to meet the people*)

2. _____

_____(*to learn the language*)

3. _____

_____(*to visit the museums*)

4. _____

_____(*to go to the game parks*)

5. _____

_____(*to travel to different places*)

6. _____

_____(to eat local food)

7. _____

_____(to go to the beaches)

8. _____

_____(to visit the villages)

9. _____

_____(to talk to the people)

10. _____

_____(to visit the schools)

11. _____

_____(to see different places)

12. _____

_____(to listen to the people)

II. Maliza sentensi hizi kwa kutumia maneno uliyopewa:

A Ningependa kwenda nawe dukani, lakini sina nafasi.

1. Ningependa _____ lakini sina nafasi. (*to travel with you*)

2. Ningependa _____ lakini sina nafasi. (*to study with you*)

3. Ningependa _____ lakini sina nafasi. (*to stay with you*)

4. Ningependa _____ lakini sina nafasi. (*to work with you*)

5. Ningependa _____ lakini sina nafasi. (*to come with you*)

6. Ningependa _____ lakini sina nafasi. (*to attend the meeting with you*)

7. Ningependa _____ lakini sina nafasi. (*to help you*)

8. Ningependa _____ lakini sina nafasi. (*to go to the beach with you*)

9. Ningependa _____ lakini sina nafasi. (*to visit your parents*)

10. Ningependa _____ lakini sina nafasi. (*to go to the party with you*)

B Tukienda Afrika ya Mashariki, tutakwambia.

1. Tukienda Afrika ya Mashariki, _____
    (*we will go with you*)

2. Tukienda Afrika ya Mashariki, _____
    (*we will go together*)

3. Tukienda Afrika ya Mashariki, _____
    (*we will go by plane*)

4. Tukienda Afrika ya Mashariki, _____
    (*we will stay there for six weeks*)

5. Tukienda Afrika ya Mashariki, _____
    (*we will learn to speak Swahili*)

6. Tukienda Afrika ya Mashariki, _____
    (*we will take our children*)

7. Tukienda Afrika ya Mashariki, _____
    (*we will go in the cool season*)

8. Tukienda Afrika ya Mashariki, _____
    (*we will go after the Masika rains*)

9. Tukienda Afrika ya Mashariki, _____
    (*we will take light clothing*)

10. Tukienda Afrika ya Mashariki, _____
    (*we will visit Kenya, Tanzania and Uganda*)

11. Tukienda Afrika ya Mashariki, _____
    (*we will be comfortable*)

12. Tukienda Afrika ya Mashariki, _____
    (*they will go with us*)

C Ikiyumkinika tutasafiri Afrika ya Mashariki.

1. Ikiyumkinika _____
    (*we will go next month*)

2. Ikiyumkinika _____
    (*we will go soon*)

3. Ikiyumkinika _____
    (*we will return next month*)

4. Ikiyumkinika _____
    (*we will work there*)

5. Ikiyumkinika _____

(*we will study at the university*)

6. Ikiyumkinika _____
   (*we will visit the game parks*)

7. Ikiyumkinika _____
   (*we will talk to the president*)

8. Ikiyumkinika _____
   (*we will study the history of the people*)

9. Ikiyumkinika _____
   (*we will talk to the local people*)

10. Ikiyumkinika _____
    (*we will visit the ujamaa villages*)

28 UTAFANYA NINI HUKO? *WHAT WILL YOU DO THERE?*

I. Soma mazungumzo ya ukarasa wa 118 ya *Kiswahili Kwa Kitendo* na ujibu maswali haya:

1. Bwana huyu atakwenda Afrika ya Mashariki mwezi huu?

_____

2. Je, atakwenda peke yake?

_____

3. Je, wao watakwenda kwa matembezi tu?

_____

4. Watafanya kazi gani?

_____

5. Atafundisha shule ya chini?

_____

6. Je, wao watasafiri kwa ndege?

_____

7. Watarudi mwaka huu?

_____

8. Watakaa hoteli huko au watakaa na wenyeji?

_____

9. Je, utakwenda Afrika ya Mashariki mwezi huu?

_____

10. Utakwenda kwa matembezi? Utakwenda lini na kwa nini?

_____

II. Jibu maswali haya kwa kutumia maneno utakayopewa:

A   Utakirudisha lini kitabu changu?

1. _____ (after reading it)

2. _____ (after using it)

3. _____ (*after showing it to Asha*)

B   Utairudisha lini kalamu yangu?

1. _____ (*after writing my letter*)

2. _____ (*after using it*)

3. _____ (*after finishing work*)

C   Utalileta wapi sanduku langu?

1. _____ (*to the house*)

2. _____ (*to your room*)

3. _____ (*to the train*)

D   Utavileta vitabu vingapi?

1. _____ (*all*)

2. _____ (*a few*)

3. _____ (*some of them*)

E   Utazileta nguo ngapi?

1. _____ (*all*)

2. _____ (*a few*)

3. _____ (*some of them*)

F Utayaleta masanduku mangapi?

1. _____ (*all*)

2. _____ (*a few*)

3. _____ (*some of them*)

G   Utaileta mizigo mingapi?

1. _____ (*all*)

2. _____ (*a few*)

3. _____ (*some of them*)

H   Utawaleta watoto wangapi?

1. _____ (*all*)

2. _____ (*a few*)

3. _____ (*some of them*)

III. Jibu maswali haya kwa Kiswahili:

1. Mnafikiri mtaipenda Kenya? _____

2. Mtaijibu lini barua yetu? _____

3. Je, mtawachukua watoto wote? _____

4. Mna mahali pa kutosha kwa mabibi na mabwana wote? _____

_____

5. Mtavichukua vyombo vyenu vyote? _____

6. Je, nyinyi nyote mtasafiri pamoja? _____

7. Je, wao wote watakaa mahali pamoja? _____

8. Mnatutaka sisi sote tuje kesho? _____

IV. Badilisha sentensi hizi kuwa wingi wake:

1. Tafadhali safisha chumba chote. _____

2. Tafadhali pangusa meza yote. _____

3. Tafadhali osha jiko lote. _____

4. Tafadhali kata mkate wote. _____

5. Tafadhali pika kuku wote. _____

V. Andika maneno yaliyotokana na maneno hayo. Tumia kamusi kwa kutafuta usiyoyajua:

   Kwa mfano:
   Mapatano   pata   patana

1. masomo   _____

2. maelezo   _____

3. maamkio   _____

4. mafundisho   _____

5. maneno   _____

6. masikilizano   _____

7. mapambo   _____

8. mazungumzo   _____

9. maendeleo _____

10. majaribio _____

11. maandamano _____

12. mafahamiano _____

VI. Andika maelezo yako mwenyewe juu ya safari unayotumai kwenda:

_____

_____

_____

_____

_____

_____

_____

_____

_____

_____

29 NAWEZA KUSAFIRI VIPI? *HOW CAN I TRAVEL?*

I. Maliza sentensi hizi kwa kutumia maneno utakayopewa:

A   Kwa Mfano:
Nataka kwenda Kariakoo. Naweza kwenda kwa basi? (*by bus*)

1. Nataka kwenda Kariakoo. _____ (*walking*)

2. Nataka kwenda Kariakoo. _____ (*by train*)

3. Nataka kwenda Kariakoo. _____ (*passenger car*)

4. Nataka kwenda Kariakoo. _____ (*by plane*)

5. Nataka kwenda Kariakoo. _____ (*motor boat*)

B   Kwa Mfano:
Tunataka kwenda Mwembe Tayari (*Mwembe Tayari*). Utaweza kutupeleka?

1. Tunataka kwenda _____ (*air port*). Utaweza kutupeleka?

2. Tunataka kwenda _____ (*train station*). Utaweza kutupeleka?

3. Tunataka kwenda _____ (*Ghana Embassy*). Utaweza kutupeleka?

4. Tunataka kwenda _____ (*the stores*). Utaweza kutupeleka?

5. Tunataka kwenda _____ (*bus stop*). Utaweza kutupeleka?

C   Kwa Mfano:
Bora uende kwa basi. (*you go*)

1. Bora _____ kwa basi. (*you travel*)

2. Bora _____ basi. (*you take*)

3. Bora _____ kwa basi. (*you come*)

D   Kwa Mfano:
Ni umbali gani kutoka hapa mpaka huko? (*there*)

1. Ni umbali gani kutoka hapa mpaka _____? (*to your house*)

2. Ni umbali gani kutoka hapa mpaka _____? (*Ali's house*)

3. Ni umbali gani kutoka hapa mpaka _____? (*the university*)

4. Ni umbali gani kutoka hapa mpaka _____? (*the airport*)

E   Kwa Mfano:
     Ni mwendo wa saa nne. (*four hours*)

1. Ni mwendo wa saa _____. (*ten hours*)

2. Ni mwendo _____. (*half an hour*)

3. Ni mwendo _____. (*quarter of an hour*)

4. Ni mwendo _____. (*twenty minutes*)

5. Ni mwendo _____. (*the whole day*)

F   Kwa Mfano:
     Basi la asubuhi huondoka lini? (*morning*)

1. Basi la _____ huondoka lini? (*afternoon*)

2. Basi la _____ huondoka lini? (*evening*)

3. Basi la _____ huondoka lini? (*night*)

4. Basi la _____ huondoka lini? (*day time*)

G   Kwa Mfano:
     Niteremke mahali gani? (*place*)

1. Niteremke _____ gani? (*street*)

2. Niteremke _____ gani? (*bus stop*)

3. Niteremke _____ gani? (*station*)

4. Niteremke _____ gani? (*village*)

5. Niteremke _____ gani? (*town*)

H   Kwa Mfano:
     Nichukue mizigo yoy-ote? (*luggage*)

1. Nichukue _____-ote? (*food*)

2. Nichukue _____-ote? (*drinks*)

3. Nichukue _____-ote? (*money*)

4. Nichukue _____-ote? (*suitcases*)

5. Nichukue _____-ote? (*things*)

II. Jibu maswali haya kwa kutumia -o-ote:

A
1. Niwaite watoto gani? _____

2. Niwaite wavulana gani? _____

3. Niwalete rafiki gani? _____

4. Nivilete vitu gani? _____

5. Niyalete matunda gani? _____

B
1. Nimwite mtoto gani? _____

2. Nimwite mvulana gani? _____

3. Nimwite rafiki gani? _____

4. Nikilete kitabu gani? _____

5. Nililete gazeti gani? _____

III. Badilisha sentensi hizi kuwa wingi wake na uzifasiri:

1. Ni ruhusa nichukue mzigo wowote? _____

fasiri: _____

2. Ni ruhusa nisafiri mji wowote? _____

fasiri: _____

3. Ni ruhusa nipige picha yoyote? _____

fasiri: _____

4. Ni ruhusa niazime kitabu chochote? _____

fasiri: _____

5. Ni ruhusa nimualike rafiki yeyote? _____

fasiri: _____

6. Ni ruhusa nimwite mtu yeyote? _____

fasiri: _____

IV. Jibu maswali yafuatayo:

1. Ulipanda garimoshi kwenda wapi? _____

2. Utapenda kupanda ndege ya saa ngapi? _____

3. Ulipata kupanda mlima wa Kilimanjaro? _____

4. Ulipanda ngazi ipi kwenda juu? _____

5. Ni muda gani tangu uzipande mbegu hizi? _____

6. Kwa nini bei ya nyama imepanda siku hizi? _____

V. Andika kwa Kiswahili:

1. We want to go to Gedi. Can we go by bus? _____

_____

2. What time does the bus leave? _____

3. Shall I give you the money now? _____

4. What is the fare? _____

5. What time should we arrive here? _____

6. Is it allowed to take pictures? _____

7. Where do we sit? _____

8. Please tell us where to get off. _____

VI. Tumia maneno haya katika sentensi zako mwenyewe:

| ita | leta | tengeneza | peleka | tafuta |
| chukua | panda | teremka | gongana | ondoka |

_____

_____

_____

_____

_____

_____

_____

_____

_____

_____

30 NAWEZA KUKODI GARI? *CAN I RENT A CAR?*

I. Maliza sentensi hizi kwa kutumia maneno utakayopewa:

A   Ninaweza kukodi gari hapa?

1. Ninaweza _____ gari hapa? (*to sell*)

2. Ninaweza _____ gari hapa? (*to buy*)

3. Ninaweza _____ gari hapa? (*to get*)

4. Ninaweza _____ gari hapa? (*to leave*)

5. Ninaweza _____ gari hapa? (*to park*)

B   Unataka mtu akuendeshe?

1. Unataka mtu _____? (*to take you there*)

2. Unataka mtu _____? (*to go with you*)

3. Unataka mtu _____? (*to come with you*)

C   Nataka niendeshe mimi mwenyewe.

1. Nataka _____ mimi mwenyewe (*to take it*)

2. Nataka _____ mimi mwenyewe (*to do it*)

3. Nataka _____ mimi mwenyewe (*to send it*)

D   Nini kodi ya gari?

1. Nini _____ ya gari? (*price*)

2. Nini _____ ya gari? (*expense*)

3. Nini _____ ya gari? (*fare*)

E   Itakulazimu upate ramani.

1. Itakulazimu upate _____ (*work*)

2. Itakulazimu upate _____ (*money*)

3. Itakulazimu upate _____ (*tickets*)

4. Itakulazimu upate _____ (*permission*)

5. Itakulazimu upate _____ (*driver*)

II. Jibu maswali haya kwa kutumia "kabla" na maneno mengine utakayopewa:

A Wageni walikodi motokaa lini?

1. Wageni walikodi motokaa _____ (*before going on a journey*)

2. Wageni walikodi motokaa _____ (*before leaving the country*)

3. Wageni walikodi motokaa _____ (*before their friends arrived*)

4. Wageni walikodi motokaa _____ (*before they finished their work*)

5. Wageni walikodi motokaa _____ (*before we arrived in town*)

B Ali alizungumza nawe lini?

1. Ali alizungumza nami _____ (*before he left the house*)

2. Ali alizungumza nami _____ (*before he went out*)

3. Ali alizungumza nami _____ (*before I saw you*)

4. Ali alizungumza nami _____ (*before he wrote the letter*)

5. Ali alizungumza nami _____ (*before he rented the car*)

C Lini, Asha alipika chakula?

1. Alikipika _____ (*before he arrived*)

2. Alikipika _____ (*before the guests arrived*)

3. Alikipika _____ (*before the children returned from school*)

4. Alikipika _____ (*before he left for work*)

5. Alikipika _____ (*before one o'clock*)

III. Jibu maswali haya kwa Kiswahili na utumie Una-mwisho wa kila jawabu:

Kwa mfano:
Unahitaji kitabu kama kipi? Ninahitaji kitabu kama hiki. Unacho?

1. Unahitaji kitambaa kama kipi?

_____

2. Unahitaji vitambaa kama vipi?

_____

3. Unahitaji nguo kama ipi?

_____

4. Unahitaji nguo kama zipi?

_____

5. Unahitaji koti kama lipi?

_____

6. Unahitaji makoti kama yepi/yapi?

_____

7. Unahitaji mfuko kama upi?

_____

8. Unahitaji mifuko kama ipi?

_____

IV. Jibu maswali haya kwa kutumia jina la mtu:

    Kwa mfano:
      Nani anacho kitabu changu? Ali, anacho.

  1. Nani anacho kibiriti changu? _____

  2. Nani anayo kalamu yangu? _____

  3. Nani analo gazeti langu? _____

  4. Nani anawo (anao) mkoba wangu? _____

  5. Nani anawo ufunguo wangu? _____

  6. Nani anavyo vitu vyangu? _____

  7. Nani anazo barua zangu? _____

  8. Nani anayo magazeti yangu? _____

  9. Nani anayo mifuko yangu? _____

  10. Nani anazo funguo zangu? _____

V. Jibu maswali haya:

A
1. Kikapu chako ni kipi? _____

2. Kikombe chako ni kipi? _____

3. Nyumba yako ni ipi? _____

4. Kalamu yako ni ipi? _____

5. Sanduku lako ni lipi? _____

6. Mzigo wako ni upi? _____

7. Mgeni wako ni yupi? _____

8. Ufunguo wako ni upi? _____

B

1. Vikapu vyako ni vipi? _____

2. Nyumba zako ni zipi? _____

3. Masanduku yako ni yepi/yapi? _____

4. Mizigo yako ni ipi? _____

5. Wageni wako ni wepi? _____

6. Funguo zako ni zipi? _____

VI. Badilisha sentensi hizi kwa wingi:

Kwa mfano:
Hiki ndicho kitabu changu. Hivi ndivyo vitabu vyangu.

1. Hiki ndicho kitu changu. _____

2. Hiki ndicho kiatu changu. _____

3. Hii ndiyo nguo yangu. _____

4. Hii ndiyo kanga yangu. _____

5. Huu ndiwo mfuko wangu. _____

6. Huu ndiwo mzigo wangu. _____

7. Huyu ndiye mtoto wangu. _____

8. Huyu ndiye rafiki yangu. _____

9. Huyu ndiye ndugu yangu. _____

10. Huyu ndiye paka wangu. _____

VII. Jibu maswali haya:

A

1. Unafikiri kitambaa kipi kizuri? _____

2. Unafikiri nguo ipi nzuri? _____

3. Unafikiri jina lipi zuri? _____

4. Unafikiri mkufu upi mzuri? _____

5. Unafikiri mtoto yupi mzuri? _____

6. Unafikiri ufunguo upi mzuri? _____

7. Unafikiri mahali papi (pepi) pazuri? _____

8. Unafikiri mahali kupi kuzuri? _____

B
1. Mnafikiri vitambaa vipi vizuri? _____

2. Mnafikiri nguo zipi nzuri? _____

3. Mnafikiri majina yapi (yepi) mazuri? _____

4. Mnafikiri mikufu ipi mizuri? _____

5. Mnafikiri watoto wepi wazuri? _____

6. Mnafikiri funguo zipi nzuri? _____

7. Mnafikiri mahali papi (pepi) pazuri? _____

C Uliza maswali hayo ya A na B kwa kutumia
     a -ema badala ya -zuri;
     b ghali badala ya ema:

    Kwa mfano:
     A 1 Unafikiri kitambaa kipi kizuri?
       1 *a* Unafikiri kitambaa kipi chema?
         b Unafikiri kitambaa kipi ghali?

A
2 *a* _____

  b _____

3 *a* _____

  b _____

4 *a* _____

  b _____

5 *a* _____

  b _____

6 a _____

  b _____

7 a _____

  b _____

8 a _____

  b _____

B

1 a _____

  b _____

2 a _____

  b _____

3 a _____

  b _____

4 a _____

  b _____

5 a _____

  b _____

6 a _____

  b _____

7 a _____

  b _____

VIII. Sahihisha sentensi hizi: *Correct these sentences:*

    Kwa mfano:
        Nataka wewe kuendesha.
        Nataka wewe uendeshe/Nataka uendeshe.

  1. Mwambie Ali kuja kesho. _____

  2. Lazima wewe kufanya kazi kwa bidii. _____

  3. Waulize wao kutaka nini. _____

  4. Anataka mimi kuendesha. _____

5. Walisema sisi kungoja. _____

6. Ninahitaji kitambaa kama hicho unayo? _____

_____

7. Tunahitaji kazi kama hicho unayo? _____

8. Ninataka nyinyi kwenda huko. _____

9. Unajifunza chuokikuu ipi? _____

10. Ninaweza kupata kitabu kama hii? _____

11. Walikuja baada ya walikula. _____

IX. Unataka kukodi au kununua kitu. Andika mazungumzo yako na mwenye chombo.:

_____

_____

_____

_____

_____

_____

_____

_____

_____

_____

_____

Mwisho wa sehemu hii: *Conclusion of this section:*

1. In groups of two or three people plan your own dialogue or account on two of the following topics.

2. Use the sentence patterns, expressions and vocabulary that appeared throughout this book.

3. Dramatize your selections for the rest of the class, or any audience.

4. The audience should listen and ask questions or make comments after the performance.

5. The teacher or leader of the group should also ask questions and comment on these situations.

6. The best conversational situations or accounts should be written on the blackboard for the class to read.

Topics

1. Kuonana na mtu *Meeting someone:*
   a. Rafiki wa zamani *Old friends*
   b. Rafiki wapya *New friends*

2. Kuzungumza habari za chakula *Talking about meals:*
   a. Nyumbani *At home*
   b. Mkahawani *At a restaurant*
   c. Nyumbani kwa rafiki *At a friend's house*

3. Kununua kitu *Buying something:*
   a. Chakula sokoni *Food at the market*
   b. Nguo dukani *Clothing at the store*
   c. Vikumbusho *Souvenirs*

4. Kukodi kitu *Renting something*
   a. Gari *A vehicle*
   b. Chumba *A room*
   c. Nyumba *A house*

5. Safari *Travelling*
   a. Kukata tikti *Buying a ticket*
   b. Kuelekeza njia *Giving directions*
   c. Kutaka msaada *Asking for help*

6. Kutaka kufanyiwa huduma *Requesting Service*
   a. Bengi *At the bank*
   b. Ofisi ya Posta *At the Post Office*
   c. Garaji *At the garage*
   d. Kwa Daktari/Mganga *At the Doctor's place*
   e. Mahali pengine *Anywhere else*

7. Kushirikiana na watu *Social event*
   a. Kumualika rafiki *Inviting a friend*
   b. Kuhudhuria karamu *Attending a party*
   c. Sikukuu *Festivity/Holiday*
   d. Kupiga simu *Making a telephone call*

8. Shughuli za kazi *Business activities*
   a. Kukutana na ofisa *Meeting an officer*
   b. Kutafuta kazi *Looking for a job*
   c. Kukutana na wafanyaji kazi wenzio *Meeting your colleagues*

31 NYUMBANI KWANGU *AT MY HOUSE*

I. Soma na halafu ujibu maswali yafuatayo:

    Watu wa Afrika ya Mashariki huishi katika majumba ya aina nyingi na yenye ukubwa na mandhari mbalimbali. Wengine hupenda kuishi mjini katika majumba ya juu, yaani ya ghorofa, yaliyo makubwa. Majumba mengine katika haya huwa marefu na mapana na yamejengwa kwa mawe. Urefu wa jumba moja hufika ghorofa sita au saba, na kufika juu inambidi mtu apande ngazi. Kazi nyingi za nyumbani hufanyika sakafuni kwenye ghorofa ya mwisho.

    Watu wengine hupenda kuishi katika vijumba vya chini. Nyumba hizi nyingine ni za mawe au matufali na nyingine ni za udongo na zimeezekwa makuti au majani. Pengine huezekwa madebe. Nyumba ya chini aghlabu huwa na ukumbi kwa upande wa mbele wa nyumba na ua kwa upande wa nyuma. Uani aila ya nyumba hiyo au familia hufanya kazi zao kama vile kupika, kutwanga, kufua na kuanika nguo. Choo, jiko na ghala huwepo hapo uani. Mbele ya nyumba kwa upande wa kushoto ama kulia pana kibaraza. Hapo wenyeji na wageni wao hukaa kuzungumza saa za jioni, au wao hukaa ukumbini. Baadhi ya nyumba huwa na bustani ya mboga au miti ya matunda, kama vile migomba, mipapai, michungwa au hata minazi. Watu wengine huotesha miasumini na miwardi.

Maswali:

1. Je, Afrika ya Mashiriki nyumba zote ni za namna moja?

_____

2. Nyumba za juu huwa na ghorofa ngapi?

_____

3. Je, nyumba za chini zina ghorofa pia?

_____

4. Jumba unalokaa lina ghorofa ngapi?

_____

5. Nyumba yako iko ghorofa ya ngapi?

_____

6. Umeishi hapo kwa muda gani?

_____

7. Nyumba yako ina vyumba vingapi?

_____

8. Iko upande gani wa hilo jumba? Wa mbele au wa nyuma?

_____

9. Unapata mandhari gani?

_____

10. Ua huwepo upande gani wa nyumba ya Kiswahili?

_____

11. Unatumiwa vipi?

_____

12. Kibaraza kiko sehemu gani ya nyumba?

_____

13. Kinatumiwa vipi?

_____

14. Bustani ina miti au mimea gani?

_____

15. Sakafu iko sehemu gani ya nyumba.

_____

II. Kamilisha sentensi hizi kwa neno moja linalofaa:

A Kwa mfano:
   Nyumba yangu iko kwenye kilima.

1. Nyumba yangu iko _____ na kilima.

2. Nyumba ya Ali iko _____ na kilima.

3. Nyumba yetu iko _____ na kilima.

4. Nyumba ya rafiki yangu iko _____ kilima.

5. Nyumba ya wazazi wangu iko _____ wa duka.

B
1. Bustani ilikuwako _____ ya _____.

2. Nyumba ilikuwako _____ ya _____.

3. Ua ulikuwako _____ ya _____.

4. Kibaraza kilikuwako _____ ya _____.

5. Nyumba yangu iko _____ ya _____.

III. Maliza sentensi hizi:

1. Asha anakaa _____ yangu.

2. Wewe ulikuwa _____ yangu.

3. Gari yako ilikuwa _____ yake.

4. Nyinyi mlikuwa _____ wangu.

5. Gari lilikuwa _____ ya nyumba.

IV. Maliza sentensi hizi:

1. Yeye alikuwa karibu _____.

2. Mimi nilikuwa nyuma _____.

3. Sisi tulikuwa karibu _____.

4. Wao walikuwa mkabala _____.

5. Sanduku langu lilikuwa mbele _____.

V. Kamilisha sentensi hizi:

1. Ilinibidi _____ kazini.

2. Itakubidi _____ kazini.

3. Inambidi _____ mapema.

4. Inatubidi _____ nyumba.

5. Iliwabidi _____ leo.

VI. Maliza sentensi hizi kwa kutumia sifa ya mtu mwenyewe:

1. Mgeni alikuja nyumbani kwangu _____. (mimi)

2. Yeye alikwenda nyumbani _____. (wewe)

3. Mimi nilikwenda nyumbani _____. (yeye)

4. Sisi tulirudi nyumbani _____. (sisi)

5. Wao walifika nyumbani _____. (nyinyi)

6. Nyinyi mtakwenda nyumbani _____. (wao)

7. Asha alifika _____. (sisi)

8. Wageni walifikia _____. (mimi)

9. Mimi nilihamia _____. (yeye)

10. Sisi tulihama _____. (sisi)

VII. Andika kwa Kiswahili:

1. Ali is older than Fatuma. _____

2. This house is bigger than mine. _____

3. I would like a bigger room. _____

4. We want to buy a bigger car than this one. _____

5. I need a larger basket. _____

6. This one is smaller than mine. _____

VIII. Soma kitabu cha Ebrahim Hussein, *Wakati Ukuta*, Uk. wa 9, ukisha eleza kwa maneno yako mwenyewe nyumba yako au chumba chako.

AU soma maelezo haya ya Muhammed Said Abdulla katika kitabu chake cha *Mzimu wa Watu wa Kale*, 1960 uk. 1. Anasema hivi:

Sebuleni kwa Bwana Musa, alikoingia Najum, hapakuonyesha kuwa ni mahali maalumu pa kuzungumzia. Viti vilikuwa viwili tu—kimoja kimesukumwa chini ya mvungu wa meza iliyokuwapo chini ya ukuta baina ya mashubaka (*niche*) mawili yaliyojazwa vitabu; cha pili kimekaa ovyo (*untidily*) tu, katikati ya chumba. Hapana picha hata moja juu ya kuta zote tatu; ila katikati ya ukuta wa mezani ilikuwapo rafu iliyojaa vitabu. Pembeni pa mlango palikuwa na kabati la nguo na mbacha (*mat*) mwembamba uliotandikwa tangu kizingitini (*doorstep*) mpaka chini ya kochi iliyowekwa chini ya ukuta wenye madirisha yanayotazama nje.

IX. Ukipenda kuendelea kusoma mchezo wa *Wakati Ukuta*, muombe mwalimu wako ukasaidie au tumia Msamiati uliomo katika *Kiswahili kwa Kitendo*. Kamusi la Kiswahili kwa Kiingereza pia litakusaidia.

32 UNA SHIDA GANI? *WHAT'S YOUR PROBLEM?*

"UNA SHIDA GANI NDUGU?"

Mtu anapokuwa safarini huenda akafikwa na shida njiani ya kumfanya achelewe anakokwenda. Shida za safarini ni za namna nyingi. Mvua kubwa inaweza kumzuia msafiri asiendelee na safari yake. Akizama matopeni atahitaji watu wa kumsaidia kulivuta gari na kulitoa matopeni.

Huenda pia akamalizikiwa na petroli, na kwa vile hakuna duka la petroli kwa karibu itambidi apate watu wa kumsaidia kulisukuma gari. Akibahatika anaweza dereva mwingine akampatia petroli.

Mara nyingine shida yake hutokana na kuharibikiwa na gari. Ikiwa yeye mwenyewe ni fundi basi hana shida. Vile vile pakiwa na fundi hapo alipo, huenda akafanikiwa. Kama si hivyo atalala njiani. Msafiri lazima ayazingatie (*keep in mind*) yote haya, na ajikumbushe ile mithali isemayo "Kawia ufike."

I. Jibu maswali yafuatayo juu ya Maelezo uliyoyasoma hapo juu:

1. Taja shida za namna mbalimbali anazoweza kupambana nazo msafiri.

   _____

   _____

2. Je uliwahi kufikwa na shida yoyote katika safari yako?

   _____

3. Ulifanya nini ili kujisaidia?

   _____

   _____

4. Je, ulifanikiwa?

   _____

5. Gari ikiharibika utahitaji nini?

   _____

6. Eleza kwa maneno yako mwenyewe maana ya mithali uliyoisoma katika maelezo haya.

_____

_____

_____

II. Kamilisha sentensi zifuatazo:

1. Mtu huenda akafikwa na _____ njiani.

2. Shida huenda _____ mtu kuendelea na safari yake.

3. Mvua kubwa ni moja katika _____ zinazomfika msafiri.

4. Mtu _____ na shida, huomba msaada.

5. Watu huwa tayari _____.

III. Kamilisha sentensi kwa kuchagua neno moja linalofaa:

1. Motokaa yangu _____ petroli.
   a. imekwisha b. imekatika c. imevunjika d. imesaidia

2. Motokaa yangu _____ matopeni.
   a. imevunjika b. imekwama c. imekauka d. imesaidia

3. Ikiyumkinika _____ kesho.
   a. waliondoka b. wameondoka c. hawakuondoka d. wataondoka

4. Gari hili _____ nini?
   a. limeharibika b. limechanika c. limenunua d. limefika

5. Mtalii _____ kumpata fundi.
   a. alishinda b. aliweza c. alipendwa d. alifanya

IV. Chagua neno moja lisilofaa kukamilisha sentensi hizi:

1. Motokaa ya Ali _____ petroli.
   a. imekwisha b. imekauka c. imepungua
   d. imemalizika e. imekatika

2. Gari la Ali _____ matopeni.
   a. limenasa b. limeingia c. limekwama
   d. limetoka e. limefanyika

3. Wenyeji walimsaidia Ali _____ gari.
   a. kulisimama b. kulitowa c. kulitengeneza
   d. kulivuta e. kulisukuma

4. Msafiri _____ gari njiani.
   a. alipatisha   b. alipata   c. alisimamisha
   d. alingojea   e. aliuliza

5. Askari _____ dereva kuweka gari mahali hapo.
   a. alimkataza   b. alimgombeza   c. alimruhusu
   d. alimzuia   e. alisimamisha

6. Ikiyumkinika _____ kesho.
   a. watafika   b. wataondoka   c. wanasafiri
   d. walikwenda   e. watakuja

7. Wao _____ wakafika kesho.
   a. hutokea   b. huenda   c. huja
   d. walitokea   e. huweza

8. Huenda _____ kazini leo.
   a. tusije   b. kuja   c. nisifike
   d. nisije   e. nikaja

9. Huenda _____ msaada.
   a. wakataka   b. watataka   c. wakaomba
   d. wakafika   e. wakapata

10. Mama _____ mwanawe asiende sinema.
   a. alimruhusu   b. alimzuia   c. alimwambia
   d. alimkataza   e. alimuuliza

V. Kamilisha kwa kutumia neno lako mwenyewe:

1. Askari alinizuia _____ mahali hapa.

2. _____ kuweka gari mahali hapa.

3. Inakatazwa _____ gari hapa.

4. Usiweke _____ hapa.

5. Naweza _____ gari hapa?

6. Inaruhusiwa _____ gari pale?

7. Gari langu limekwama _____ .

8. Utaweza _____ kulitoa.

9. Motokaa yangu _____ petroli.

10. Motokaa yangu _____ mpira.

11. Motokaa yangu _____ matopeni.

12. Motokaa yangu imesimama. Utaweza _____ kuisukuma?

VI. Soma Kitabu cha M. Saidi, Hadithi za Kale, uk. 25-29, "Akili ni Mali".

VII. Faki alikuwa na shida gani?

_____

_____

_____

_____

_____

_____

_____

_____

_____

33 SIONI VIZURI *I'M NOT FEELING WELL*

I. Soma:

   Binadamu hushikwa na maradhi ya kila namna ya hatari na yasiyokuwa ya hatari, ya kuambukiza (*infectious*) na yasiyokuwa ya kuambukiza. Mwili unaweza kuathirika (*affected*) kwa maradhi kwenye kila kiungo: kichwa, kifua, macho, meno, moyo, mapafu, mgongo, kiuno, tumbo, mkono, mguu, na hata kidole cha mkono au mguu.

   Maradhi yanayomtaabisha mtu ni mengi pia: utapiamlo, (*malnutrition*) homa za kila aina si malaria tu, baridi yabisi au kiarusi, matende, pumu, tumbo la kuhara au kuendesha, upele na harara, donda ndugu (*ulcer*) na vidonda vinginevyo, shurua na tetekuwanga na vilema vya kila namna. Siku hizi watu wanataabishwa na maradhi ya Ukimwi. (Ukosefu wa kinga za mwili.) Maumivu ya kiwili wili huathiri na akili, au ya akili huathiri kiwiliwili.

   Watibabu nawo ni wengi na wamehusika na magonjwa mbalimbali. Kuna watibabu wa kienyeji na wa kigeni, wanaotumia dawa za kizungu, za uganga na za mitishamba. Kuna dawa za kunywa, kula, kumeza, kupakaa na hata za kuoga. Kuna na kupigwa jungu, kukandwa na kuchuliwa au kupungwa.

   Mwanadamu hakukukamilika, lakini hujisaidia kuepukana na maradhi kwa kupata chakula chema, usafi wa mwili na mahali, nguo na hewa, riyadha ya mwili, usingizi wa kutosha na utulivu wa moyo na akili.

II. Jibu maswali yafuatayo juu ya uliyoyasoma hapo juu:

1. Taja maradhi yaliyo ya hatari unayoyajua.

   _____

   _____

2. Yepi katika hayo ni ya kuambukiza?

   _____

3. Maradhi gani hutokea katika nchi za Afrika Mashariki au nchi za joto nyinginezo?

   _____

   _____

4. Viungo vipi vya kiwiliwili huweza kuathirika kwa magonjwa?

   _____

   _____

5. Kiarusi ni ugonjwa gani?

_____

6. Taja watibabu waliohusika na maradhi tofauti.

_____

_____

7. Binadamu inampasa afanye nini ili aepukane na maradhi.

_____

_____

_____

8. Nini faida ya mtu kuwa na afya nzuri?

_____

_____

_____

9. Vipange viungo hivi viwili viwili kuonyesha ukaribiano wake:

a. kichwa	d. masikio	g. mgongo	j. ulimi
b. ufizi	e. macho	h. vidole	k. kinywa
c. mkono	f. shingo	i. meno	l. kiuno

_____ _____ _____ _____

_____ _____ _____ _____

_____ _____ _____ _____

III. Chagua neno moja lisilofaa kukamilisha sentensi:

1. Mgonjwa _____ dawa.
   - a. alikula
   - d. alikataa
   - b. alitumia
   - e. alipiga
   - c. alipata

2. Mgonjwa alikunywa _____.
   - a. kidonge
   - d. uji
   - b. dawa
   - e. maziwa
   - c. maji

3. Maradhi ni _____.
   - a. ugonjwa
   - d. shida
   - b. magonjwa
   - e. uwele
   - c. afya

4. Maradhi yanasababishwa na _____.
   - a. upungufu wa damu
   - d. usafi
   - b. uchafu
   - e. uzito wa kiwiliwili
   - c. chakula kibaya

5. Mwele ni _____.

    a. mwehu   b. mtu anayeumwa   c. mwenye ugonjwa

    d. mwenye maradhi   e. mgonjwa

IV.   Kamilisha sentensi zifuatazo:

    1. Maradhi ni _____

    2. Mtibabu ni _____

    3. Mtishamba ni _____

    4. Malaria ni _____

    5. Mbu anasababisha _____

    6. Mbu anaishi katika _____

    7. Daktari alinipima _____

    8. Daktari alinipiga _____

    9. Mganga alinitoa _____

    10. Pumu ni ugonjwa wa _____

V.   Kamilisha kwa kutumia neno lako **mwenyewe:**

    1. Daktari _____ sindano.

    2. Mtibabu _____ dawa.

    3. Mganga _____ homa

    4. Mbu _____ homa ya malaria.

    5. Uchafu _____ magonjwa.

    6. Chakula kibaya _____ maradhi.

    7. Upungufu wa damu _____ shida katika mwili.

    8. Maji yaliyotwama _____ mbu.

VI.   Kamilisha kwa kutumia kianzo cha neno: *Ngeli ya kijina*

    1. Jicho _____-naniuma.

    2. Kichwa _____-naniuma.

    3. Mkono wa kulia _____-naniuma.

    4. Tumbo _____-naniuma.

    5. Miguu _____-naniuma.

6. Vidole vya miguu _____ -naniuma.

7. Masikio _____ -naniuma.

8. Bega la kulia _____ -naniuma.

9. Mguu wa kushoto _____ -naniuma.

10. Koo _____ -naniuma.

VII.   Kamilisha kwa kutumia kitu au mtu anayefaa:

1. Nilijikata kwa _____

2. Nilijigonga na _____

3. Niliungua kwa _____

4. Niliumizwa na _____

5. Nilitibiwa na _____

6. Nilipewa dawa na _____

7. Nilipewa dawa ya _____

8. Nilikula dawa ya _____

9. Nilikunywa dawa ya _____

10. Nilishikwa na _____

11. Nilihisi _____

12. Nilikwenda kwa _____

VIII.   Maliza kwa kutumia umbo sahihi la kitendo kilichopigwa mstari:

1. Mganga alinipa dawa ya <u>kunywa</u>, _____ kutwa mara tatu.

2. Daktari alinipa dawa ya <u>kula</u>, _____ kila siku.

3. Mtibabu alinipa dawa ya <u>kupaka</u> _____ mwili mzima.

4. Nilinunua dawa ya nguvu <u>kutumia</u>, _____ kila siku.

5. Nilipewa sindano <u>kupiga</u>, _____ kila juma.

IX.   Andika yafuatayo kwa Kiingereza:

1. Nina homa na kichwa kinaniuma. _____

2. Tumbo linaniuma na linaniharisha. _____

3. Sijisikii vizuri. Nilikwenda kwa tabibu lakini bado sihisi vyema. _____

_____

4. Mganga alinipa dawa ninywe kutwa mara tatu. _____

_____

5. Nikipata nafuu nitaanza kazi. _____

X. Soma Kitabu cha M. Saidi, <u>Hadithi za Kale</u>, uk. wa 16, 17, 19 "Wema Hauozi"
    na ujibu swali lifuatalo:

    Juma alipata elimu za namna ngapi na gani?

    _____

    _____

    _____

    _____

    _____

    _____

XI. Ukipenda kuimaliza hadithi hiyo endelea kuisoma. Msamiati uko mwisho wa
     kitabu hiki.

XII. Sasa soma shairi hili lililotungwa na Sheikh Shaaban na lilinakiliwa na
     kuchapishwa mwaka 1960, katika kitabu chake cha mashairi kiitwacho
     Almasi za Afrika

SAHAU *TO FORGET*

Ulimwengu wa adhabu na mashaka kama huu
Mateso na majaribu, hofu na njaa na kiu,
Wenye laki za taabu na uchache wa nafuu;
Faraja kubwa ajabu kwa mtu ni kusahau.

Ni njema kama dhahabu tabia ya kusahau,
Sahau zetu hutibu maradhi yetu makuu,
Kila lenye kuadhibu uganga wake ni huu;
Faraja kubwa ajabu kwa mtu ni kusahau.

Ulimwengu wa ajabu, wa chini kuwa wajuu,
Sitaki kujitanibu, kuwa mbali na sahau;
Sahau kubwa nasibu kwa wenye uhai huu;
Faraja kubwa ajabu kwa mtu ni kusahau.

Sahau kwetu dhahabu, tena ni kitu kikuu,
Kumbukumbu ni wajibu na faraja ni sahau,
Mashaka yanapoghibu roho zinakwenda juu;
Faraja kubwa ajabu kwa mtu ni kusahau.

Ulimwengu wa aibu na madhambi na malau,
Keti na mimi karibu, usende mbali sahau,
Tuwe milele sahibu— tuwe rafiki wakuu;
Faraja kubwa ajabu kwa mtu ni kusahau.

Ni mangapi ya hesabu ulimwengu kama huu!
Kwetu vema kujaribu msamaha na sahau,
Ingawa tuna sababu na maudhiko makuu;
Faraja kubwa ajabu kwa mtu ni kusahau.

Tafsiri ya Mtungaji Sheikh Shaaban:

Oh, world of suffering and ill as this,
World of tribulation, fear, hunger and thirst—
Whose defects are many, whose gains but few,
How great a consolation is forgetting!

The gift of forgetting is a gift of gold.
Our forgetting heals our great maladies,
This is the cure of all that pains,
How great a consolation is forgetting!

Amazing world where the lowest ranks high,
I will not wander where there is no forgetting thee,
But where the living are destined to forget,
How great a consolation is forgetting!

For us to put out of mind is a gold,
Yet remember we must when forget is our solace,
When distress is absent souls fly upwards,
How great a consolation is forgetting.

World of stain, sin and evil prying.
Stay with me, forgetfulness, do not go far,
Let us be friends and companions forever,
How great a consolation is forgetting!

What must we count in such a world as this?
It is good for us to try to forgive and forget;
Though we have reason and greater vexation,
How great a consolation is forgetting!

Ukipenda kuendelea kulisoma shairi hili limo katika kitabu tulichokitaja juu
cha ALMASI ZA AFRIKA.

34 KIWANJA CHA NDEGE *AT THE AIRPORT*

I. Kiwanja cha Ndege:

Kiwanja cha ndege cha Nairobi kinapokea na kukaribisha watalii wengi watokao nchi nyingi za ulimwengu: wageni wa Afrika na wa Arabuni, wa Ulaya na wa Marekani, wa Uchina, Ujapani, wa Bara Hindi, Ujerumani na Urusi, pamoja na wa nchi nyinginezo. Wote hupitia forodhani (kastamu) na kumwonyesha ofisa wa hapo paspoti na viza zao za safari. Wasafiri wafikapo huwabidi wabadilishe fedha au hundi zao za kigeni ili wapate fedha za kienyeji. Wao wanaweza kutowa hundi za safari au sarafu na kupata shilingi za Kenya.

Mgeni huulizwa anwani yake pamoja na namba yake ya simu, muda atakaokuwapo katika nchi na sababu ya safari yake. Kama hapajui atakapofikia, anaweza kutumia anwani ya ubalozi wa nchi yake.

Mtalii hasa akiwa na mizigo mizito huhitajia mchukuzi amsaidie kuibeba mizigo yake. Mchukuzi ataweza pia kumpatia teksi impeleke anakokwendea. Yeye hupendelea apate hoteli iliyo nzuri lakini ya bei ya kiasi. Huenda akafikia kwenye hoteli moja kubwa au kwenye nyumba ya wageni. Ikiwa ana mwenyeji anaweza kufikia kwa mwenyeji wake. Atakapokuwako nchini, atajaribu kutembelea mahali pengi na kuona mambo mengi; atapata kuzungumza na wenyeji, kujifunza utamaduni wao na kufahamiana nao.

II. Jibu maswali yafuatayo:

1. Ulipata kusafiri mahali?

   _____

2. Ulisafiri nchi gani na lini?

   _____

   _____

3. Ulisafiri vipi?

   _____

4. Ulijitayarisha vipi kwa safari yako?

   _____

   _____

   _____

5. Ulifikia wapi huko ulikokwenda?

6. Ulikaa huko kwa muda gani?

7. Nani aliyekupatia mahali pa kukaa?

8. Ulikuwa peke yako au na mtu mwingine?

9. Ulikaa mjini au nje ya mji?

10. Ulipaonaje? Ulipapenda?

11. Ulipata shida yoyote? Shida gani?

12. Uliongea na watu kwa lugha gani?

13. Wenyeji walikukirimu vipi?

14. Ulistarehe katika safari yako?

15. Ulijifunza lolote?

III. Kamilisha sentensi zifuatazo kwa kutumia umbo sahihi la kimoja katika
vitendo hivi:
pata; shona; tuma; andika; kunywa; kula; badilisha; nunua; kata; chonga;
tengeneza; tibu; chukua; koroga.

1. Ninatafuta karatasi ya _____ barua.

2. Ninatafuta bilauri _____ maji.

3. Ninatafuta sindano (shindano) ya _____ nguo yangu.

4. Ninatafuta pesa za _____ chakula.

5. Ninatafuta shoka la _____ kuni.

6. Ninatafuta kijembe cha _____ penseli.

7. Ninatafuta sahani ya _____ chakula.

8. Ninatafuta kitambaa cha _____ koti.

9. Ninatafuta kijiko cha _____ chai.

10. Ninatafuta mchukuzi wa _____ mizigo.

IV. Badilisha sentensi hizi ziwe umbo la kutendwa (*Passive*):

1. Mwenye hoteli alimpatia mgeni chumba.

_____

2. Wenzangu walinipitia kwenda karamuni.

_____

3. Mkurugenzi alinileta barua.

_____

4. Mwenyeji wangu alinikirimu vizuri.

_____

5. Juma alinifanyia kazi zangu.

_____

6. Mama alimkasirikia Tatu.

_____

7. Kristina alimgombania Tatu.

_____

8. Rafiki yangu alinipikia chakula cha kienyeji.

_____

9. Waziri alinisaidia kupata taarifa hii.

_____

10. Nani alikununulia ramani hii?

_____

11. Nani alikuandikia barua?

_____

12. Bibi Maahira alitutolea hadithi ya kale.

_____

V. Andika barua kumshukuru mwenyeji wako. Unaweza kuianza kama hivi ifuatavyo au upendavyo wewe mwenyewe:

> Anwani yako
> Tarehe
>
> Mpenzi (au Mpendwa) Asha:
>
>   Natumai umo katika uzima na furaha. Mimi mzima pia na nilifika New York kwa salama.
>
>   Nakushukuru sana . . . .
>
> Akupendaye (au wako),
>
>
> Jina

VI. Fasiri kwa Kiswahili:

1. I will telephone you tomorrow.

_____

2. He will come for you in the evening.

_____

3. The director will write you a letter.

_____

4. The porter will bring you your luggage.

_____

5. Will the driver wait for us?

_____

6. Will you bring us some tea and a lemon.

_____

7. Can you change a traveller's check for me?

_____

8. I will show you your room.

_____

9. Who will find us a taxi?

_____

10. Will you fix the car for me?

_____

11. Will you translate this letter for me?

_____

12. Will you be able to do the work for us?

_____

VII. Soma beti 5 za shairi la "Swifa ya Nguvumali" lenye beti 393. Limenakiliwa na Peter Lienhardt katika kitabu chake *The Medicine Man*, 1968.

Bismillahi naanza	I begin with the name of God
Jina la Mola wa enza	the Name of the Lord of Might
Muhammadi mpendeza	Muhammad the beloved
Kwa Mola wetu Jalia	of our Lord God-Glory to Him
Nakuomba ya Rabbana	I beg you,O Lord
Unijaalie kijana	help me, a young man
Nitungapo shairina	As I compose our poem
Pasiwe tena udhia	There should be no problem
Rabbi nipe fahamu	Lord give me sense
unijaalie elimu	grant me knowledge
Nataka kuyahukumu	I want to judge (*what happened*)
Shairini kuyatia	and to put it in verse
Nayatia shairini	In verse I set them
Panenenene na Kojani	of Panenenene and Kojani
Mteniyapa mjini	In the town of Mteniyapa
Khabari zilizotokea	an account of what took place

Zilitokea khabari	Something happened there
Sasa nakupa ajiri	Now I give you the benefit
Awali ya Nguvumali	How Nguvumali first
Hapa Siwa kuingia	Came to Siwa country

35 NAHITAJI MSAIDIZI *I NEED SOMEONE TO HELP ME*

I. Soma:

Mgeni amefika Wizara ya Kazi, anatafuta mtu wa kumsaidia kazi za nyumba. Yeye anahitaji mtu wa kumfulia nguo, kumpigia pasi na kumsafishia nyumba. Hahitaji mpishi wa kumpikia wala mtu wa kumtuma sokoni. Atapika na kwenda sokoni mwenyewe. Akimpata wa kumsaidia kazi hizo itambidi amlipe mshahara wa kawaida.

Itakuwa shida kidogo kumpata mtu mwaminifu kwa sababu ya upungufu wa wafanyakazi. Vijana si sana kupenda kufanya kazi kama hizo. Wao wanapendelea kupata kazi za serikali ili wawe makatibu na makarani wakuu maofisini. Wenye elimu hutafuta vyeo vya juu na kazi za kuchagua.

II. Jibu maswali haya machache:

1. Je, ulipata kutafuta kazi? _____

2. Ulitafuta kazi gani na uliitafuta vipi? _____

_____

3. Je, uliipata? _____

4. Ilikuwa kazi ya namna gani? _____

5. Ulipendezwa na kazi yako? _____

6. Kama wewe mwanafunzi, ukihitimu utatafuta kazi gani? _____

_____

III. Maliza sentensi hizi kwa kutumia maneno uliyopewa:

1. Nataka mtu wa _____ kazi. (saidia; mimi)

2. Mgeni wangu anataka mtu wa _____ nguo. (fua; yeye)

3. Atapenda apate mtu wa _____ vitu sokoni. (nunua;yeye)

4. Mpishi _____ chakula cha Kiafrika. (pika; wewe)

5. Mama _____ mtoto hadithi. (soma)

6. Mhadhiri _____ wanafunzi. (hutubu)

7. Mkurugenzi _____ wananchi habari hizo. (zungumza)

8. Rafiki yangu _____ kazi katika shirika lake. (pata;mimi)

9. Mama _____ mwanawe hadithi. (simulia)

10. Wazazi _____ mtoto wao zawadi. (peleka)

IV. Badilisha maneno haya kwa kufuata muundo uliopewa:

soma   somea   nisomee

ona _____ _____   enda _____ _____

posa _____ _____   leta _____ _____

pita _____ _____   kunja _____ _____

fua _____ _____   uza _____ _____

nunua _____ _____   piga _____ _____

jibu _____ _____

V. Badilisha sentensi hii uliyopewa kwa kutumia vitendo hivi. Usibadilishe muundo wake:

1. Unataka nikununulie nini? _____ (fanya)

2. Unataka nikununulie nini? _____ (chukua)

3. Unataka nikununulie nini? _____ (leta)

4. Unataka nikununulie nini? _____ (tafuta)

5. Unataka nikununulie nini? _____ (tengeneza)

VI. Yajibu maswali yaliyotangulia:

Kwa mfano:
Unataka nikununulie nini? Nataka uninunulie kamusi la Kiswahili.

1. _____

2. _____

3. _____

4. _____

5. _____

VII. Yabadilishe maswali ya namba ya VI kuwa nyinyi:

Kwa mfano:
Mnataka nikununulieni nini? Tunataka utununulie Kamusi la Kiswahili.

1. _____

2. _____

3. _____

4. _____

5. _____

VIII. Kamilisha sentensi hizi kwa kutumia kitendo ulichopewa pamoja na kiungo kinachofaa:

1. Mtoto _____ jana ni huyu. (kuja)

2. Mtalii _____ Afrika ya Mashariki aliondoka juzi. (toka)

3. Mwalimu _____ darasa hili ni nani? (fundisha)

4. Mwanamume _____ pale kitini ni mgeni wa Ulaya. (kaa)

5. Mawaziri _____ jana wanakaa hoteli gani? (wasili)

6. Kitu _____ nimekipata sasa. (taka)

7. Sanduku _____ nimeliona. (poteza)

8. Barua _____ Ali Posta bado haikufika. (tia)

9. Mahali _____ si mbali sana na hapa. (ishi)

10. Karatasi _____ zimepotea. (andika)

IX. Fasiri kwa Kiswahili:

1. Wakati Ukuta is a Swahili play written by Ebrahim Hussein.

_____

2. Bibi Maahira is a book of short stories told by a grandmother.

_____

3. Rangi Zetu is a poem composed by Shaaban Robert Ufukwe.

_____

4. The new book which I bought yesterday is this one.

_____

5. The color I like best is blue.

_____

6. I will not be here the day you arrive.

_____

7. We do not have the book you wanted.

_____

8. Did you find the keys that you lost?

_____

9. I missed the bus which went to Arusha.

_____

10. I didn't get the letter you wrote me.

_____

36 HOTELINI *AT THE HOTEL*

I. Soma mazungumzo ya Somo la thelathini na sita kwenye *Kiswahili Kwa Kitendo*.

II. Eleza mazungumzo uliyoyasoma kwenye namba I kwa maneno yako mwenyewe au unaweza kuyapanga kama hivi:

Mgeni aliwasili hoteli kutafuta chumba. Anapendelea kupata . . .
Anakitaka kwa . . .
Akitaka chumba . . . atalipa . . .
Akitaka kisichokuwa na . . . atalipa . . .
Yeye anataka . . .
Ataweza kula . . .
Yeye sasa ana . . .
Kesho anataka . . .

III. Badilisha sentensi hii kwa kutumia kitendo ulichopewa:

A Utaweza kunipatia chumba cha mtu mmoja na chenye choo?

1. _____ (kodi)

2. _____ (weka)

3. _____ (tafuta)

4. _____ (uliza)

5. _____ (jenga)

B Kwanza niambie itanibidi nipeleke nini?

1. _____ (chukua)

2. _____ (leta)

3. _____ (fanya)

4. _____ (taka)

5. _____ (nunua)

IV. Badilisha mtendwa kuwa wingi:

Kwa mfano:
Mtu aliyemwona ni huyu.
Watu aliowaona ni hawa.

1. Mgeni aliyemualika ni huyu. _____

2. Mkurugenzi aliyempa ni yule. _____

3. Kikombe alichokitaka ni hiki. _____

4. Kiatu alichokipoteza ni kile. _____

5. Mfuko alionunua ni ule. _____

6. Mkoba alioutaka ni huu. _____

7. Nyumba anayokaa ni hiyo. _____

8. Nguo aliyoipenda ni hii. _____

9. Sanduku alilolileta ni hilo. _____

10. Ua ninalolipenda ni hili. _____

V. Badilisha jina kuwa wingi:

    Kwa mfano:
        <u>Mtoto</u> aliyemwona ni huyu.
        <u>Watoto</u> aliowaona ni hawa.

1. Kitabu alichokisoma ni hiki. _____

2. Chandarua alichopata ni kile. _____

3. Chai aliyofanya ni hii. _____

4. Nguo aliyoshona ni ile. _____

5. Kanga iliyotoka mwezi huu ni hii. _____

6. Mfuko niliouleta ni huu. _____

7. Gazeti nililotaka ni hili. _____

8. Mtoto niliyemwona ni huyu. _____

VI. Badilisha sentensi kwa kutumia jina ulilopewa.

A Chumba kilichokuwa na watu wengi ni kile.

1. _____ (mji)

2. _____ (Nchi)

3. _____ (Soko)

4. _____ (Mahali)

5. _____ (chuo kikuu)

B Vyumba vilivyokuwa vizuri ni vile.

1. _____ (vyuo vikuu)

2. _____ (mkate)

3. _____ (Nguo)

4. _____ (Matunda)

5. _____ (Samaki)

VII. Badilisha kuwa wingi:

1. Mvulana mwenye akili ni yule.

   _____

2. Msichana mwenye kazi ni huyu.

   _____

3. Mji wenye watu ni mzuri.

   _____

4. Mgeni mwenye mizigo mingi itambidi apate msaidizi.

   _____

5. Nchi yenye upungufu wa pato ina shida.

   _____

6. Duka lenye vitu vizuri halikosi wanunuzi.

   _____

7. Tunda lenye ladha ni embe.

   _____

8. Ua lenye harufu nzuri ni wardi.

   _____

9. Mkahawa wenye chakula kizuri ni huu.

   _____

10. Nguo yenye mshono mzuri ni ya Asha.

    _____

VIII.   Kamilisha sentensi hizi:

1. Sikipendi chumba _____ na madirisha.

2. Sikipendi chakula _____ chumvi nyingi.

3. Haruhusiwi kula chakula _____ sukari nyingi.

4. Nataka mahali _____ nafasi kubwa.

5. Anataka nyumba _____ vyumba vitatu.

6. Ali ni kijana _____ huruma sana.

7. Serikali inawasaidia watu _____ na kazi.

8. City University ni chuo kikuu _____ wanafunzi wengi.

9. Tunataka chumba _____ choo cha kuogea.

10. Nimepata barua _____ habari ya kufurahisha.

IX.   Maliza sentensi hizi kwa kutumia neno ulilopewa:

1. Kitabu cha WAKATI UKUTA _____ na Ebrahim Hussein. (andika)

2. Mlango _____ saa ngapi? (fungua)

3. Mwizi _____ na askari yule. (kamata)

4. Vitu hivi _____ na nani? (leta)

5. Barua yako _____ kwa Posta. (peleka)

6. Mtoto wa shule _____ na gari. (ponda)

7. Bengi ya Chemical _____ wakati gani? (funga)

8. Kikombe changu _____ na nani? (vunja)

9. Mwanao wa kwanza _____ lini? (zaa)

10. Ulipopeleka barua _____ nini? (jibu)

X.   Chagua kitabu chako kimoja ueleze yafuatayo:

1. Kiliandikwa na nani? Kilihaririwa na nani? _____

_____

2. Kiliandikwa kwa lugha gani? _____

3. Kilipigwa chapa na nani? _____

4. Kilichapishwa lini? _____

5. Kinauzwa kwa bei gani? _____

6. Kinatumiwa na nani? _____

7. Kimechapishwa mara ngapi? _____

8. Kinaitwaje? _____

XI. Soma yafuatayo:

Kitabu cha ADILI NA NDUGUZE kimetungwa na marehemu Sheikh
Shaaban Robert. Kilitolewa kwa mara ya kwanza na Macmillan and Co,
katika mwaka 1952. Kimeandikwa kwa lugha ya Kiswahili. Kimechapishwa
tena na Tanzania Publishing House, Dar es Salaam. Kinakusanya mafunzo
mengi ya maana na hekima. Mwandishi anatuambia katika Utangulizi,
"Mambo hasa yaliyotiliwa mkazo ndani yake ni ardhi na mimea yake;
machimbo (*mines*) na hazina (*treasure*) zake; mifugo (*herds*) na mazao (*crops*)
yake; biashara na faida yake; safari na manufaa (*benefit*) yake; utajiri (*wealth*)
na baraka (*blessing*) yake; ahali (*family*) na heshima (*respect*) na ndugu na
mtendo yao." Mambo haya huhusu (*concern*) watu wengi kama si dunia
nzima.

Muandishi ni Mtanzania aliyezaliwa tarehe mosi January mwaka wa 1909
na kufariki mwaka 1962. Ametuachia vitabu vingi vya nathari (*prose*) na
mashairi (*poetry*) alivyoviandika kwa Kiswahili.

Jibu maswali haya:

1. Kitabu cha Adili na Nduguze kimetungwa na nani?

_____

2. Mwandishi anaelezea habari gani?

_____

3. Je, utapenda kukisoma?

_____

4. Sheikh Shaaban Robert Ufukwe ni mwandishi wa wapi?

_____

5. Unavijua vitabu vyake?

_____

37 MGENI ANAKARIBISHWA *A*
GUEST IS WELCOMED

I. Soma Mazungumzo ya Somo la Thelathini na Saba katika *Kiswahili Kwa Kitendo*, ukisha uyajibu maswali yafuatayo:

1. Mgeni huyu jina lake nani na anatoka wapi?

_____

2. Kwa nini bwana Bakari hakumwona bwana Anders kwa kitambo?

_____

3. Mgeni alikipenda kitu gani?

_____

4. Bakari alisema ilikuwa kazi ya nani?

_____

5. Mgeni alipofika, mkewe Bakari alikuwa akifanya nini?

_____

6. Je mgeni alijulishwa na nani?

_____

7. Bwana Mhina anafanya kazi wapi?

_____

8. Ni muda gani tangu mgeni huyu awasili (afike) mjini?

_____

9. Yeye alipenda kiburudishaji (kinywaji) gani?

_____

10. Baada ya chakula watafanya nini?

_____

II. Soma kwa sauti yafuatayo:

Mgeni wa Uswidi alikaribishwa na wenyeji wa Afrika ya Mashariki. Walimualika nyumbani kwao kula chakula cha jioni (kijio). Siku hiyo wao walitayarisha chakula cha kienyeji ili kumfurahisha mgeni wao. Walitengeneza vyakula vya aina mbalimbali kama maandazi, sambusa, tambi, kuku wa kupaka, pilau mboga ya mchicha, mbaazi na mchuzi; na viburudishaji vingi kama maji ya machungwa na sharbati.

Mgeni alipowasili nyumbani kwa wenyeji wake alikaribishwa vizuri na alijulishwa na mgeni mwingine, bwana Mhina. Bibi mwenye nyumba, yaani mama watoto, hakuwapo kumpokea. Yeye alikuwa akiwalaza wanawe.

Mgeni aliandaliwa na alilishwa vyema. Baada ya kula alitembezwa mahali pengi, na kuonyeshwa vitu vingi na mandhari nyingi za kufurahisha. Yeye alipendezewa sana na wenyeji wake, na aliwashukuru kwa ukarimu wao.

III. Jibu maswali haya kutokana na ujuzi wako mwenyewe:

1. Je, ulipata kwenda safari yoyote? _____

_____

2. Ulipokewa na nani na vipi? _____

_____

3. Yuko aliyekukaribisha nyumbani kwake? _____

_____

4. Nani aliyekuonyesha mji? _____

_____

5. Jambo gani lililokufurahisha? _____

_____

6. Jambo gani lililokusikitisha? _____

_____

7. Ulijulishwa na wenyeji? _____

_____

8. Nani aliyekujulisha? _____

_____

9. Walikukaribisha vipi? _____

_____

10. Je ulipendezewa na safari yako? _____

_____

11. Umewahi kula chakula cha Kiswahili? _____

_____

IV. Kamilisha sentensi hii kwa kutumia neno ulilopewa:

A Kazi zilinishughulisha kidogo:

1. Watoto _____

2. Wageni _____

3. Ndugu _____

4. Jamaa _____

5. Masomo _____

6. Mitihani _____

7. Arusi _____

8. Mambo _____

9. Wazazi wangu _____

10. Ugonjwa _____

B Mapambo yake yamependeza sana:

1. Maua _____

2. Mavazi _____

3. Majumba _____

4. Watoto _____

5. Njia _____

6. Nyumba _____

7. Miti _____

8. Maonyesho _____

9. Taa _____

10. Rangi _____

C Mji huu umekupendeza?

1. Nchi _____

2. Kazi _____

3. Kitabu _____

4. Kitambaa _____

5. Mavazi _____

6. Nywele _____

7. Rangi _____

8. Mshono _____

9. Kanga _____

10. Koti _____

V. Badilisha na kamilisha sentensi kwa kutumia vitendo ulivyopewa:

1. Wao kutwa wanamtaabisha mama yao.

_____ (furahisha)

_____ (semesha)

_____ (chekesha)

_____ (hangaisha)

_____ (kasirisha)

_____ (shughulisha)

_____ (ridhisha)

_____ (pigisha kelele)

_____ (harakisha)

_____ (zungusha)

2. Rafiki yetu alitustarehesha sana.

_____ (-la)

_____ (-nywa)

_____ (-shiba)

_____ (-enda)

_____ (-sema)

_____ (-zunguka)

_____ (-tembea)

_____ (-shughuli)

_____ (-kasirika)

_____ (-hangaika)

VI. Badilisha kwa kuwa umbo la kutendesha:

Kwa mfano:
kula > lisha ~ kulisha

1. kunywa > _____ ~ _____

2. zunguka > _____ ~ _____

3. amka > _____ ~ _____

4. rudi > _____ ~ _____

5. jua > _____ ~ _____

6. ona > _____ ~ _____

7. sema > _____ ~ _____

8. tembea > _____ ~ _____

9. lala > _____ ~ _____

10. pika > _____ ~ _____

11. cheka > _____ ~ _____

12. anguka > _____ ~ _____

VII. Kamilisha sentensi hizi kwa kutumia vitendo vya Namba VI:

1. Nilikwenda maktabani _____ kitabu.

2. Mwenyeji wangu _____ njia.

3. Ali _____ mwenziwe ngazini.

4. Mama yuko ndani _____ mwanawe.

5. Hadithi hii _____ sana.

6. _____ chakula kwa mpishi.

7. Napenda _____ na wenyeji wa kijiji hiki.

8. Dawa hii ukiinywa _____.

9. Gari _____ mjini.

10. Ukitaka kusema sema, lakini mimi _____.

VIII. Fasiri kwa Kiswahili. Tumia -me- ikiyumkinika:

1. I am happy to meet you. _____

2. I am very comfortable. _____

3. I am tired. I would like to rest. _____

4. The car is full. _____

5. When I telephoned, you had already left. _____

_____

6. When I saw him, he had bought the things. _____

_____

7. When I saw him, he had packed his luggage. _____

_____

8. The bus is late. _____

9. The bus is gone. _____

10. Am I late? _____

IX. Soma kwa Sauti shairi la Shaaban Robert Ufukwe lilihaririwa na J. W. T. Allen katika kitabu kiitwacho *Almasi za Afrika*:

MALI TULIZO NAZO

Zawadi tulizo nazo hutosha kwa utajiri,
Tuna mali mzo mzo: fahamu na tafakuri,
Na hekima na uwezo, maarifa na saburi;
Wachache wa matimizo na moyo wa ujasiri.

Maamuzi na maono ni mizani za fahari,
Na haki na mapatano, haya yote majohari,
Yaliyo mazuri mno yatokayo kwa Kahari,
Bali hatuna mfano wo wote wa ujasiri.

WEALTH WITHIN US

Gifts that are within us are sufficient wealth,
We have plenty of riches: knowledge and thought.
And wisdom and power, experience and patience, but
We lack fulfilment and the courage for venture.

Judgment and feeling are our glorious measures,
Justice and order, all these are jewels,
Which are very fine and come from the Holy One,
But we lack all likeness of venture.

38 MPIRANI *A GAME*

I. Soma maelezo ya mchezo yaliyotolewa katika gazeti la Mzalendo, **Jumapili,** Juni 9, 1985:

MALOTA AIKOA SIMBA

Imeandikwa na Madanga S. Madanga

Simba, timu inayoshikilia ubingwa wa Soka Tanzania Bara, jana iliponea chupuchupu kuadhirika mbele ya Nyota Nyekundu, kabla ya mabingwa hao waliokuwa nyuma kwa bao 1-0 kufanikiwa kusawazisha katika dakika za mwisho za mchezo wa ligi baina yao, uliofanyika kwenye Uwanja wa Taifa Dar es Salaam.

Bao liloiokoa Simba lilifungwa na Malota Soma, aliyeingia kipindi cha pili badala ya Sunday Juma, katika dakika ya 87, kwa kiki kali ya chini chini, iliyomshtukiza kipa Morris Nyuchi wa Nyota Nyekundu.

Timu hizo zilitoka sare 1-1 katika mchezo wao wa kwanza wa ligi hii.

Shambulizi kubwa la awali la Simba lilifanywa na Hamidu katika dakika ya saba, wakati alipochomoa mkwaju mkali langoni mwa Nyota mpira ulitoka nje.

Katika dakika ya 29 Twaha Hamidu alibaki yeye na kipa, baada walinzi wa Nyota kudhani amezidi. Lakini mkwaju wake ulitoka nje.

II. Je unaweza kuyatambua maneno haya:

Soka   Timu   Ligi   Kiki   Kipa

Maneno gani mengine ya Kiingereza ulijifunza kabla ya haya?

III. Jaribu uyafahamu maneno haya:

A

1. Bingwa ni mtu hodari katika kazi yake na wengi ni mabingwa.
2. Matokeo yake ni Ubingwa.
3. Unawatambua mabingwa gani wengine? Je wewe mwenyewe bingwa wa namna gani? Una ubingwa gani?
4. Simba iliponea chupuchupu yaani ilikaribia kushindwa.
5. Simba na Nyota Nyekundu ni majina ya vyama (au timu) vya chezo wa futboli.
6. Kuadhirika ni kufedheheka au kuingia aibuni. Hapa maana yake ni kushindwa katika mchezo.
7. Bao la mchezo ni hesabu au kiwango kinachoonyesha idadi ya ushindi wa timu, yaani kufanikiwa kwao.
8. Iliyomshtukiza ni sawasawa na kushitua au kumgutua.
9. Sare ni kuwa sawasawa yaani kusawazisha ikiwa ni mabao katika mchezo au mavazi ya nguo.
10. Awali ni mwanzo wa jambo.

B

1. Timu zipi zinatajwa katika mchezo huu? _____

_____

2. Mchezo gani unaochezwa? _____

3. Ulichezwa mahali gani? _____

4. Ulichezwa lini? _____

5. Timu gani inayofanikiwa kwanza? _____

_____

6. Nani aliyewasaidia Simba kushinda? _____

_____

7. Yeye aliingia kipindi gani? _____

8. Aliingia badala ya nani? _____

9. Moris Nyuchi ni mchezaji wa timu gani? _____

_____

10. Katika mchezo wa kwanza mabao yalikuwa ni mangapi? _____

_____

IV. Badilisha sentensi zinazofuata kuwa wingi wake:

Kwa mfano:
Ningalijua kuwa ulitaka kwenda mchezoni ningalikupitia.
Tungalijua mlitaka kwenda mchezoni tungalikupitieni.

1. Ningalijua ulitaka kwenda mchezoni ningalikungojea.

_____

2. Ningalijua amefika mjini ningalikwenda kumtazama.

_____

3. Ningalijua utarudi mapema nisingaliondoka.

_____

4. Angalijua ninataka kwenda naye angalinipitia.

_____

5. Angalipenda kuja kunitazama angalikuja.

_____

6. Angalisema neno la hekima ningalimsikiliza.

_____

7. Ungalinikaribisha nyumbani kwako ningalikuja.

_____

8. Ungaliniuliza neno ningalikuambia.

_____

9. Angalifanya kama alivyomwambia angalimfurahisha.

_____

V. Kamilisha sentensi kwa kutumia kitendo ulichopewa:

1. Ningalikwenda mchezoni _____ (-mwona)

2. Angalitaka kufanya kazi _____ (-pata)

3. Wangalijifunza lugha ya kigeni _____ (-ijua)

4. Ungalimkaribisha nyumbani kwako _____ (-ja)

5. Ningalijua anataka nini _____ (-mfanyia)

6. Angalijua anataka nini _____ (-mpa)

7. Wangalituuliza neno la maana _____ (-waambia)

8. Tungaliwaona njiani _____ (-wasemesha)

9. Angalizisikizia habari hizi _____ (-mfurahisha)

10. Wangalifahamishwa vizuri _____ (-fahamu)

11. Waziri angaliwasikiliza watu shida zao _____ (-shinda) uchaguzi

12. Ungalisoma _____ (-elewa)

VI. Badilisha yawe ya kukanya:

    Kwa mfano:
      Ningalikwenda ningalimwona.
      Nisingalikwenda nisingalimwona.

1. Ningalielewa ningalifanya. _____

2. Angalinipa ningalichukua. _____

3. Ungalijaribu ungalishinda. _____

4. Ungalimuuliza Ali angalikwambia. _____

5. Ungalifika hapa mapema ungalimkuta. _____

6. Mungaliwauliza mungalijua. _____

7. Angalijifunza angalielewa. _____

8. Wangalitaka wangalifanya. _____

9. Ungaliniuliza ningalikujibu. _____

V. Badilisha vitendo hivi viwe umbo la kufanyiana:

1. ona > onana	10. ngojea > _____
2. kuta > _____	11. peleka > _____
3. jua > _____	12. pelekea > _____
4. fuata > _____	13. sema > _____
5. piga > _____	14. semea > _____
6. sikiliza > _____	15. piga > _____
7. andikia > _____	16. pigia > _____
8. letea > _____	17. jibu > _____
9. fanyia > _____	18. jibiza > _____

19. songa > _____   20. ambata > _____

VI. A Badilisha kitendo kiwe cha kufanyiana:

Kwa mfano:
  Juma alimuandikia Asha.
  Juma aliandikiana na Asha.
  Juma na Asha waliandikiana.

1. Juma alimnunulia Asha zawadi.

_____

_____

2. Twaha alimngoja/alimngojea Fatma.

_____

_____

3. Katibu alimfuata mkurugenzi.

_____

_____

4. Hamidu aliwapigia simu wazazi wake.

_____

_____

B Maliza sentensi kwa kutumia kitendo cha jina:

Kwa mfano:
  Mchezaji anacheza soka.

1. Mpishi _____ chakula kizuri.

2. Muimbaji _____ nyimbo nzuri.

3. Mwizi _____ vitu vya watu.

4. Mwanafunzi _____ masomo yake.

5. Muuguzi _____ wagonjwa wengi.

6. Mkulima _____ shamba lake.

7. Kinyozi _____ nywele za watu.

8. Dobi _____ nguo vizuri.

9. Mnunuzi _____ vitu sokoni.

10. Kibarua _____ kazi za namna nyingi.

VII. Jibu maswali haya:

1. Mpishi hufanya kazi gani? _____

2. Mkulima hufanya nini? _____

3. Muuguzi hufanya kazi mahali gani? _____

4. Dobi hufanya kazi gani? _____

5. Mlezi anafanya nini? _____

VIII. Fasiri kwa Kiswahili:

1. Had I known he was there, I would have gone to see him.

_____

2. Had I known you wanted to go, I would have called for you.

_____

3. Had you looked in the library, you would have found it.

_____

4. Had they played well, they would have won the game.

_____

5. Had you come earlier, you would have found him here.

_____

6. Had you not called him, he would not have come.

_____

7. If he asks you, do not tell him anything.

_____

8. If they travel this year, they will return next year.

_____

9. I would be very happy if you came.

_____

IX. Soma shairi hili pia limetungwa na yule muandishi na mshairi maarufu, Sheikh Shaaban Robert. Limetolewa katika kitabu chake kiitwacho *Almasi za Afrika.*

KIUNZI CHETU

KIUNZI chetu hafifu japo twajiona goya,
 Katika maisha yetu—
Ya pambo la utukufu na ghururi ya dunia,
 Ya dahari hii yetu,
Yenye mwingi ushaufu na fahari na hadaa.

Katika umbo pungufu lenye maumbile haya,
 Yaliyo na utu wetu,
Hali ya ukamilifu, kwetu sawa na ruia,
 Inayopita kwa mtu,
Asiwe nayo halafu hata kwa kukumbukia.

Kwenda nao udhaifu, kwetu sisi ni tabia,
 Maana uhai wetu,
Hauna mabadilifu bora zaidi ya haya,
 Katika hatua zetu,
Zilizo fupi na ndefu, kila aina ya njia.

Wakati wetu wa ufu maisha kuvunjikiwa,
 Kaburi hifadhi yetu—
Ya kusetiri uchafu;— uvundo wetu mbaya.
 Si kawaida ya mtu,
Kudumu na unadhifu hali yo yote akiwa!

OUR FRAME

OUR frame is poor even if we are in security,
 Of our existence—
Of the world grace and majesty and vanity,
 In this age of ours,
So full of delusiveness and pomp and artiface.

In a such defective form of this creation,
 That holds our humanity,
A state of perfection is to us like a vision,
 Which passes a man,
And disappears beyond a call of his memory.

To continue in weakness is habitual to us,
  Because our life,
Has no better changes to give than these ones,
  In our steps,
which are short and long in almost all walks.

And at the time of death when the life fails,
  A grave keeps us,
To cover rottenness;— our bad smells.
  It is not man's habit,
To abide in purity whatever his state may be!

39 WANYAMA MBUGANI *ANIMALS AT A GAME PARK*

I. A Katika Afrika Mashariki kuna wanyama wengi wanaoishi maporini na mbugani katika maisha yao ya maumbile na asilia. Somo la thelathini na tisa katika kitabu cha *Kiswahili Kwa Kitendo* kinaeleza maisha ya baadhi ya wanyama katika mbuga za Tanzania. Yasome maelezo hayo, au bora zaidi yasikilize maabarani kwenye ukanda wa maneno:

B Sasa yajibu maswali yafuatayo juu ya yale uliyoyasikia katika tarakimu ya I.:

1. Bibi huyu uliyemsikia alitamani kwenda wapi? _____

_____

2. Kwa nini alitaka kwenda huko? _____

3. Je, aliweza kwenda? _____

4. Alikwenda wakati gani? _____

5. Alifika mbugani vipi? _____

6. Iko sehemu gani? _____

7. Nini upana wa uwanda huo? _____

8. Nini kimo cha ardhi hiyo? _____

9. Taja baadhi ya wanyama aliowaona. _____

10. Wanyama hawa wana faida gani kwa nchi? _____

_____

11. Kwa nini ni lazima wanyama wahifadhiwe? _____

_____

12. Kuna mipango gani ya kuwahifadhi wanyama unayoijua? _____

_____

II. Tumia maelezo haya yafuatayo kwa kumueleza mnyama unayemfahamu vizuri. Usimtaje, jina ili mwenzio au wenzio waweze kumtambua:

1. (a) Umbo lake—ukubwa; udogo; upana au unene; wembamba; urefu; ufupi; mwili au kiwiliwili
   (b) Viungo vyake—miguu; mkia; mbawa; shingo; pembe
2. Amefunikwa na nini—ngozi; manyoya; nywele; magamba; miiba

3. Rangi yake— mweusi; mweupe; kahawia; kijivujivu; fedha
4. Anavyoishi— majini; nchi kavu; angani; nyumbani; porini; mwituni; uwandani; majanini; mitini; shimoni
5. Anavyojiharakisha— anakwenda kwa miguu; anatambaa; anaruka; anaogelea; anasota; anakimbia
6. Anachokula— nyama; majani; wanyama wadogo; ukoka; wadudu; chakula cha kibindamu
7. Faida zake— anawahudumia watu; analiwa; analinda; haliwi; ana faida nyingine yoyote; hana faida ana hasara
8. Anaonekana nchi gani?

III. Andika kinyume cha haya:

1. Mnyama huyo analiwa. _____

2. Mnyama huyo anaonekana hapa. _____

3. Mnyama wenyewe anapandika. _____

4. Yeye anaogelea vizuri. _____

5. Anakula nyama mbichi. _____

6. Anaruka angani. _____

7. Anataga hazai. _____

8. Mnyama huyo hatagi anazaa. _____

IV. Andika kinyume cha haya:

1. Njia hii inapitika kwa gari dogo. _____

2. Chakula hiki kimepikika vizuri. _____

3. Swali lake lilijibika mara. _____

4. Maneno yake yanafahamika. _____

5. Kosa hili linasameheka. _____

6. Kazi hii inafanyika kwa wepesi. _____

7. Jambo hili linastaajabika. _____

8. Mizigo yote inapakika katika gari. _____

V. Tunga sentensi zako kwa kutumia vitendo hivi:

a. semeka	b. fanyika	c. fungika	d. vunjika
e. haribika	f. katika	g. chanika	h. badilika
i. lika	j. anguka		

a. _____
   _____

b. _____
   _____

c. _____
   _____

d. _____
   _____

e. _____
   _____

f. _____
   _____

g. _____
   _____

h. _____
   _____

i. _____
   _____

j. _____
   _____

VI. Badilisha haya kuwa umbo la kutendeka:

a. sema > semeka   h. sahau > _____

b. fanya > fanyika   i. chana > _____

c. enda > _____   j. vunja > _____

d. soma > _____   k. kataa > _____

e. fahamu > _____   l. fungua > _____

f. shona > _____   m. kula > _____

g. jibu > _____   n. kunywa > _____

VII. Badilisha kuwa kinyume chake:

    1. Swali lako halijibiki. _____

    2. Chakula hiki hakiliki. _____

    3. Chai hainywiki. _____

    4. Mlango haufungiki. _____

    5. Mti huu haukatiki. _____

    6. Ugomvi wao haufahamiki. _____

VIII. Badilisha kuwa watu wengi:

    1. Nilifanya alivyosema. _____

    2. Nilitambua alivyoeleza. _____

    3. Nilifanya alivyoagiza. _____

    4. Anafanya atakavyo. _____

    5. Unafanya ujuavyo. _____

    6. Ninafanya nipendavyo. _____

    7. Anasema apendavyo. _____

    8. Unajibu ujuavyo. _____

    9. Anaruka apendavyo. _____

    10. Ninakula nipatavyo. _____

    11. Anafanya awezavyo. _____

    12. Fanya upendavyo. _____

IX. Soma Maelezo haya "MWUNGWANA" yanatoka kwenye *Kielezo cha Insha*, kitabu kilichoandikwa na Sheikh Shaaban Robert Ufukwe. Alimaliza kukiandika katika mwezi wa Mei, mwaka 1962 kabla ya kifo chake kilichotokea mwaka huohuo. Kilichapishwa mwaka 1968, baada ya kifo chake na kuhaririwa na J. W. T. Allen.

"MWUNGWANA"

Wazo la watu wengi juu ya mwungwana ni kuwa mtanashati (*vivacious, energetic. Here it means well-dressed*), au labda mtu arifu (*knowledgable*) mwenye cheo (*status*) kwa watu. Lakini nguo nzuri hazitukuzi (*does not exhalt*) mtu kuwa mwungwana. Tamthiliya hili ni kwamba nguo ni kama ngozi ya mtu au mnyama; au hasa ni duni (*inferior*) sana kuliko ngozi au manyoya. Ngozi ya simba haiwezi kufanya punda kuwa simba.

Uungwana wa kufanywa na mshoni (*tailor*) ni mzaha (*joke*), si uungwana a kweli.

Neno mwungwana lina maana kubwa zaidi kuliko nguo nzuri au adabu nzuri au elimu nzuri. Twatumia vibaya neno hili tulitumiapo kwa mtu ye yote aendaye kwa miguu miwili. Uungwana hauhusiani (*not connected with*) na kuzaliwa na watu bora, au utajiri au sura. Huhusiana na taamuli (*thoughtfulness*) au maadili (*righteous*) kadha wa kadha (*certain number*) ya akili na wema.

X. Waandishi wa kigeni wengine wamesema mengi juu ya mada (*topic*) hii ya Mwungwana. Nini fikira zako?

40 ZIARA MJINI *A VISIT TO THE TOWN*

I. Upitie tena mchezo wa Somo la Arbaini kujikumbusha yaliyoelezwa kisha ujibu maswali yafuatayo:

A Watalii

1. Watalii hawa walitaka kuona nini?

_____

_____

_____

2. Walitembezwa na nani?

_____

_____

3. Waliona nini?

_____

_____

_____

4. Ungalikuwa wewe mtalii ungalipenda kuona nini?

_____

_____

5. Ungaliizuru nchi gani?

_____

_____

B Majumba

1. Jumba kubwa lipi waliloliona watalii?

_____

_____

2. Ni jumba la nani?

_____

_____

3. Makumbusho huwekwa vitu gani?

_____

_____

_____

4. Makumbusho gani uliwahi kuitembelea? Ilikuwa na maonyesho gani?

_____

_____

5. Taja wizara mbalimbali zilizotajwa hapa.

_____

_____

6. Kazi yako imehusika na wizara gani?

_____

C Kiongozi

1. Ingalikuwa wewe kiongozi, ungalipenda kumwonyesha nini mgeni wako katika jiji la New York, au mahali pengine ulimwenguni?

_____

_____

_____

_____

_____

_____

2. Jifanye kiongozi na umsaidie mtalii katika mji wako.

II. A Somo hili linatazamiwa kukamilisha kazi ya muhula wa pili wa mafunzo yako ya Kiswahili basi jiulize yafuatayo:

1. Je ninaifahamu lugha ya Kiswahili?

_____

_____

2. Ninaweza kuelewana na Mswahili?

_____

_____

3. Ninaongea kwa wepesi au kwa shida kidogo?

_____

_____

4. Nini wepesi wangu?

_____

_____

_____

5. Nini shida zangu?

_____

_____

_____

6. Ninazifahamu mila na desturi gani za Waswahili?

_____

_____

7. Zipi ni sawa na zangu?

_____

_____

_____

_____

8. Zipi ni tafauti na zangu?

_____

_____

---

9. Mila zipi za Kiswahili zinaendelea?

B Mila zipi za Kiswahili zimebadilika? Soma kitabu cha Mtoro Bin Mwinyi
Bakari, *The Customs of the Swahili People*, kilichochapishwa na University
of California Press katika mwaka wa 1981, ili uzifahamu baadhi ya tafauti
zilizotokea tangu karne ya kumi na tisa hadi sasa karne ya ishirini.

1. Mila zipi zinabadilika?

---

2. Kwa nini?

---

3. Unavijua vitabu vipi vya Fasihi (*oral tradition and literature*) ya Kiswahili? Vitaje?

_____

_____

_____

_____

_____

4. Vimeandikwa kwa lugha gani?

_____

5. Vimeandikwa na waandishi wepi?

_____

_____

_____

III. Unazikumbuka methali zo zote za Kiswahili?

   Kwa mfano:
    Wema hauozi.

 1. Ulizisoma au ulizisikia wapi?

_____

_____

_____

 2. Unazijua methali hizi zifuatazo?
   a. Hasira hasara.
   b. Haba na haba hujaza kibaba.
   c. Penye nia pana njia.
   d. Majuto ni mjukuu. Huja baada ya kutenda.
   e. Mapenzi ni kikohozi. Hayawezi kufichika.
   f. Adui mpende.

IV. Mwandishi wetu Sheikh Shabaan katika kitabu chake kiitwacho: Insha na Mashairi kilichopigwa chapa mwaka 1967 kwenye ukurasa wa 26 anazungumzia "Lugha ya Taifa".

Anasema haya:

Kwa bahati njema, Afrika ya Mashariki ina Kiswahili kiwezacho kuwaunga vema watu wake kuwa taifa, na kwa bahati mbaya na ujinga, baadhi ya watu hufikiri kukivunja kisitumike. Hasara kubwa iliyoje kwa warithi wa Bantu na majirani zao!

Hapana madai kwamba Kiswahili huweza kushindana na Kiajemi, Kiarabu, Kifaransa, Kiingereza au Kijeremani lakini kikitengenezwa huweza kupata maendeleo makubwa. Lugha kubwa za sasa hazikupata ufasaha wake katika mwongo (*decade*) mmoja wala katika karne (*century*) moja ila kwa mfululizo wa miaka. Kiswahili ni lugha ya biashara katika Afrika mashariki. Hutumika katika idhaa (*broadcast*) India, Misiri, Uingereza na mahali pengine pengi katika dunia. Katika kuandika kina magazeti ya kila siku, kila juma, kila nusu mwezi na kila mwezi.

V. Jibu maswali yafuatayo:

1. Eleza kwa maneno yako mwenyewe maoni ya Shabaan Robert Ufukwe juu ya lugha ya Kiswahili:

_____

_____

_____

_____

_____

2. Eleza na maoni yako:

_____

_____

_____

_____

_____

_____

3. Unakubaliana na mwandishi au hukubaliani naye?

_____

_____

_____

_____

_____

_____

_____

_____

_____

VI. Hisia za mwandishi, sheikh Shabaan pia zilielezwa katika shairi alilolitunga linalojulikana kwa anwani hii:

> "Titile mama litamu jingine halishi hamu"
> "One's mother's breast is the sweetest, no other so satisfies"
> Lilitolewa katika *Almasi za Afrika* (*African Diamonds*).
> Pia lilitolewa katika kitabu kingine kwa anwani hii:
> "Titi la mama litamu hata likawa la mbwa"

Mshairi anailinganisha hapa lugha yake na titi la mamake, yaani ziwa la mama; na anasema kwamba titi hilo ni tamu yaani bora kwake hata likawa duni kama alivyo duni mbwa kwa Waswahili.

VII. Soma huu ubeti mmoja wa shairi hilo.

> Kiswahili kikopa na lugha nyingine pia,
> ambazo zimenenepa jambo hili hutumia,
> Ama sivyo zingetupwa kwa kukosa manufaa
> Kiswahili kikikopa si ila ndiyo tabia
> Titile mama litamu jingine halishi hamu.

Mshairi anaufasiri ubeti hivi:

> And if Swahili has borrowed that is no cause for blame;
> All the great languages of the world have readily done the same.
> It is well that they have done so for that is the way they came
> To acquire that wealth of expression on which depends their fame.
> One's mother's breast is the sweetest; no other so satisfies.

VIII. Jibu maswali haya kwa kutumia ujuzi wako na maarifa yako pamoja na ya mwandishi:

1. Nchi zipi za Afrika zina watu wanaokielewa Kiswahili?

_____

_____

_____

2. Nchi zipi za Afrika zina watu wanaokitumia Kiswahili kuwa ni lugha ya kila siku?

_____

_____

_____

3. Ukosefu wa lugha ya kimawasiliano (*communication*) kwa watu wa nchi moja unaleta shida zake. Shida gani?

_____

_____

_____

4. Serikali zipi za Afrika ya Mashariki zimekikubali Kiswahili kuwa lugha ya taifa au lugha ya rasmi?

_____

_____

5. Vyuo vikuu vipi unavyovijua vinafundisha Kiswahili, ulimwenguni na Marekani?

_____

_____

_____

_____

_____

_____

6. Vitabu gani vya Kiswahili ulivyopata kuvisoma au ulivyopata kuviona maktabani au dukani?

_____

_____

_____

_____

_____

_____

7. Magazeti yepi ya Kiswahili uliyopata kuyasikia au kuyasoma?

_____

_____

_____

_____

8. Filam gani za Kiswahili ulizopata kuzisikia au kuziona?

_____

_____

9. Tamthilia (*Drama*) gani inayofahamisha maisha ya Waswahili?

_____

_____

10. Utafiti gani wa Kiswahili uliopata kuusikia, kuusoma au kuupitia?

_____

11. Kwa nini ulichukua taabu ya kujifunza lugha hii?

_____

_____

12. Kwa nini inambidi mtu ashirikiane na anaokutana nao?

_____

_____

_____

IX. Sasa una ujuzi na uwezo wa kuitumia lugha hii ya Kiswahili. Itumie
     upendavyo na ifaavyo!

MAJIBU ANSWERS

1

I

Sijambo bwana/bibi/mama
n.k.

II

Nzuri/Njema/Salama

III

Nzuri/Njema/Salama/Nzuri. Je, na wewe?

IV

Same as III

V

Ahsante/Asante

VI

Kwa heri

IX

1. Hodi
2. Karibu
3. Hujambo mama/bibi? or U hali gani
mama/bibi?
4. Sijambo or Mzima
5. Habari or Habari gani?
6. Njema/Nzuri
7. Tafadhali kaa kitako.
8. Ahsante/asante

X

1. May I come in?
2. Welcome/Approach
3. News?; What's the news?
4. How are you madam?
5. I'm well
6. Good
7. Please sit down

8. Thank you
9. Goodbye (to one person)
10. Goodbye (to more than one person)

2

I

1. bwana
2. bwana
3. bibi/mama
4. bwana
5. bwana
6. bwana
7. bibi/mama
8. bibi/mama

III

1. langu/lako/lake
2. same as #1.
3. Jina
4. same as #3.
5. lako
6. jina
7. jina
8. jina
9. nani
10. lake
11. jina

IV

1. Hodi
2. Hujambo
3. Habari
4. Habari
5. Bwana huyu jina lake (ni) nani?

V

1. Hodi or Karibu
2. Sijambo bibi/bwana
3. Nzuri/Njema/Salama
4. same as #3.
5. same as #3.
6. Jina langu .

7. Ndiyo, jina langu Ali.

IX

1. How are you this morning?
2. How is the news?
3. How is the news today? (after midday)
4. How is the work?
5. How have you been? (since I last saw you)

X

1. Habari za leo?
2. Habari za asubuhi?
3. Habari za siku nyingi?
4. Habari za kazi?
5. Habari za nyumbani?

XIII

1. Jina lake si Asha.
2. Jina lake si Ali.
3. Jina langu si Maryamu.
4. Jina lako si Daudi.

3

Oral

4

II

1. Ninakaa
2. Ninajifunza
3. Ninafundisha
4. Ninakwenda
5. Ninaishi
6. Ninasoma

III

1. Hujambo? or U hali gani?
2. Unatoka wapi?
3. Unajifunza wapi?
4. Unajifunza nini?
5. Unasema lugha gani?
6. Unajua lugha gani?
7. Bwana huyu, anasema Kiswahili.

8. Je, yeye jina lake Ali?
9. Anakaa wapi? or Anakaa hoteli gani?
10. Anatoka wapi?

IV

1. Please speak slowly.
2. Please repeat.
3. How do you say "University" in Swahili?
4. I don't understand.

V

1. (Unakaa) wapi?
2. (Unatoka) wapi?
3. (Unajifunza) lugha gani?
4. (Unajifunza) darasa gani?
5. (Jina lako) nani?
6. (Bwana huyu jina lake) nani?
7. (Mama Fatuma anasema) nini?
8. (Mwalimu huyo anafundisha) nini?
9. (Je, wewe unajifunza chuo kikuu) gani?
10. (Ndugu huyu anatoka) wapi?

IX

1. Mzima/Sijambo. Je, na wewe?
2. Ninatoka (place.)
3. Ninajifunza (place.)
4. Ninajifunza Kiswahili.
5. Ninasema Kiingereza.
6. Ninajua pia Kifaransa/Kihispania/Kiarabu/Kichina, nk.
7. Ndiyo, anasema kidogo.
8. Ndiyo, jina lake Ali. au Hapana, jina lake si Ali.
9. Anatoka Afrika/Amerika/Uingereza, nk.
10. Anataka chakula/pesa/kazi, nk.

5

III

A
1. Sikai
2. Sisemi
3. Sijifunzi
4. Siendi/Sendi
5. Siji
6. Sitoki

B
1. Hatoki
2. Hajifunzi
3. Haendi/Hendi
4. Hafanyi
5. Hataki

VI

A
1. Hukai
2. Husemi
3. Huendi
4. Hufahamu
5. Huji
6. Hujifunzi
7. Hufanyi
8. Hujui
9. Hutaki
10. Huingii

B
1. Sikai
2. Sisemi
3. Siendi/Sendi
4. Sifahamu
5. Siji
6. Sijifunzi
7. Sifanyi
8. Sijui
9. Sitaki
10. Siingii

VIII

1. Sitoki
2. Hakai
3. Haendi
4. Hataki
5. Hasemi
6. Sifahamu
7. Huendi
8. Husemi
9. Hujui
10. Hutaki

IX

1. Unatoka Marekani?
2. Unatoka kazini sasa?
3. Unasema Kiswahili?
4. Bwana Ali, anakaa Manhattan?

5. Je, unafundisha shule?
6. Unakwenda maktabani sasa?
7. Bi Asha anatoka Dar es Salaam.
8. Bwana Ali anakaa hoteli ya Kilimanjaro?
9. Unataka chakula.
10. Unafanya nini sasa?

XII

1. Ninajifunza somo la kwanza.
Ninajifunza somo la pili.
Ninajifunza somo la tatu.
Ninajifunza somo la nne.
Ninajifunza somo la tano.
2. Ninajifunza neno la kwanza.
3. Ninajibu swali la kwanza.
4. Ninajua jina la kwanza.
5. Sijui jina la pili.
6. Ninakwenda duka la kwanza.
7. Ali anakwenda duka la pili.
8. Fatuma anakwenda duka la tatu.
9. Ninakwenda soko la pili.
10. Ninakwenda siku ya pili.
XIII

C
1. la . . . la . . .
2. cha . . .
3. la . . .
4. la . . .
5. la/ya . . . la/ya . . .
6. la . . .
7. la . . . la . . .

6

IV

A
1. Mtanzania
2. Mmarekani/Mwamerika
3. Mwafrika
4. Mwingereza/Muingereza
5. Mswahili
6. Mkenya

B
1. Kiingereza
2. Kiswahili
3. Kikikuyu

4. Kihausa
5. Kirusi
6. Kiarabu
7. Kifaransa
8. Kichina

V

A

1. Mimi
2. Wewe
3. Yeye
4. Mimi
5. Wewe
6. Yeye

B

1. Mimi
2. Wewe
3. Yeye
4. Mimi
5. Wewe
6. Yeye

VIII

1. Mwanafunzi
2. Mwalimu
3. Mkulima
4. Mwandishi
5. Mpiga picha
6. Mfanya biashara
7. Mhadhiri/Profesa
8. Mshauri

X

1. ya ukulima
2. ya kuandika
3. kuhadhiri
4. uhandisi
5. uchumi
6. anafasiri
7. anaandika
8. anapiga
9. anapika
10. anahariri
11. watu
12. vitabu
13. wagonjwa
14. shamba/konde/chakula

7

I

A

1. na
2. watoto
3. chumba
4. na
5. anatoka
6. New York
7. anasoma
8. anatoka
9. amekaa
10. mtoto
11. jina
12. lake
13. Juma/mvulana
14. anakwenda
15. anajifunza
16. kazi
17. mtoto
18. Msichana

B

1. si kweli
2. ni kweli
3. si kweli
4. si kweli
5. si kweli
6. ni kweli
7. ni kweli
8. ni kweli
9. si kweli
10. ni kweli
11. si kweli
12. si kweli
13. si kweli
14. ni kweli
15. si kweli
16. si kweli

II

1. mtumzima
2. mvulana
3. mwanamke
4. mwanafunzi
5. mwenyeji
6. bwana/babu
7. mtoto/mzee
8. mwanamme

9. msichana
10. kaka
11. mwalimu
12. mgeni

V

1. watoto
2. wageni
3. wasichana
4. wazungu
5. watuwazima
6. wanaume
7. wanawake
8. Wamarekani
9. Waafrika
10. wafanya biashara
11. watalii
12. waandishi
13. wahandisi
14. wachumi

VIII

1. wakurugenzi hawa
2. wakurugenzi hawo
3. wakurugenzi wale
4. Makatibu hawa
5. Makatibu hawo
6. Makatibu wale

8

II

1. This student has a book.
2. Father has much money.
3. Mother has work at home.
4. She/He has a meeting now.
5. He/She has very good news.

III

1. Ninacho
2. Ninacho
3. Ninayo
4. Ninayo
5. Ninayo
6. Ninayo
7. Ninaye
8. Ninaye

9. Ninayo

IV

1. kibiriti
2. chai
3. kalamu
4. pete
5. saa
6. karatasi
7. simu
8. chakula

VIII

1. vitana
2. vijana
3. vitu
4. vibiriti
5. visu
6. vioo
7. vyakula
8. vyumba
9. vyuovikuu
10. vyeti
11. vyandarua
12. vikapu
13. vyuma
14. visima
15. vijiji

X

The singular and the plural forms are the same.

XII

1. Ndiyo, ninazo pesa.
2. Ndiyo, ninacho kitabu.
3. Ndiyo, ninayo barua.
4. Ndiyo, ninayo karatasi.
5. Ndiyo, ninaye mgeni nyumbani.

XIII

Possible Answers:
1. Ninacho.
2. Ninacho.
3. Ndiyo, ninayo.
4. Nina ndugu wawili. Wao wanafanya kazi/ mmoja anafanya kazi na mmoja anakwenda

chuokikuu.
5. Je, una samaki?
6. Siwezi. Ninakwenda kazini.
7. Ndiyo, ninacho/Hapana, sina.
8. Ninazo/Sina.
9. Nitaweza/Siwezi.
10. Ndiyo, ninayo. Nafanya kazi hospitali.
11. Nafanya kazi jioni/kila siku/siku tano kwa juma.
12. Ninazungumza na mwalimu wangu/ rafiki yangu.

9

I

1. b
2. b
3. b
4. a
5. d

III

1. hakuna
2. hakuna
3. sina
4. hana

IV

1. chakula
2. haraka
3. mtoto
4. mawingu
5. haraka
6. vipi
7. haraka
8. haraka

V

1. Una haraka.
2. Nitapenda kusema na wewe.
3. Nina kazi (kidogo) kufanya.
4. Unaweza kungoja?
5. Tunakwenda dukani kununua vitabu.
6. Utapenda kuja pamoja nasi?
7. Nitapenda kuja lakini siwezi kuja sasa.
8. Ninapenda kutembelea rafiki hospitali.
9. Utarudi lini?

10. Labda baada ya saa.

VI

1. Ndiyo, ninayo.
2. Ninakwenda mkutanoni.
3. Nakwenda kwa gari.
4. Nitapenda sana/Siwezi. Nakwenda na rafiki yangu.
5. Tutarudi baada ya mkutano.
6. Ndiyo, tutaweza/Hapana hatuwezi.

10

I

1. Hafanyi.
2. Anataka kuvua.
3. Bwana rajabu.
4. Hapendi.
5. Anapenda kucheza mpira.
6. Jawabu yako.
7. Haendi/hendi.
8. Wataonana siku ya pili/kesho kucheza mpira.
9. Jawabu yako.
10. Jawabu yako.
11. Anatafuta gazeti.
12. Jawabu yako.

III

1. Rafiki yangu atapenda kutembea pwani badala ya kucheza mpira.
n.k.

IV

B

1. Nitapenda kuja hapa Jumapili.
2. Nitapenda kutosafiri leo.
3. Nitapenda kutokuja nyumbani.
4. Nitapenda kutokwenda sasa.
5. Nitapenda kutofanya kazi.
6. Nitapenda kutafuta kazi.

VII

1. hapendi
2. hataki
3. hawezi

4. hataki
5. hajifunzi
6. haji
7. haendi
8. hajui
9. hachezi
10. hatafuti

X

1. Nitapenda kwenda mkahawani.
2. Nitapenda kusafiri.
3. Nitapenda kusafiri (pamoja) na rafiki yangu.
4. Utapenda kuja (pamoja) nami?
5. Utapenda kuja (pamoja) nasi?
6. Utaweza kufika/kuwasili mapema.
7. Tutaonana kesho, tukijaaliwa.
8. Ninatafuta soko.

XII

1. Sipendi kucheza karata.
2. Siwezi kuja leo, labda kesho.
3. Sijui.
4. Sitaki kula sasa. Nitakula halafu.

XIII

1. Una haraka.
2. Nitapenda kesema nawe.
3. Mimi ni mwanafunzi.
4. Ninatoka New York.
5. Sasa ninajifunza/ninasomea chuokikuu cha Dar es Salaam.
6. Nina njaa.
7. Ninataka kwenda kula.
8. Ninaweza kula wapi?
9. Utapenda kuja nami?
10. Nitapenda kuja, lakini si sasa.
11. Nina kazi kumaliza.

11

I

1. baba
2. mama
3. mtoto
4. msichana
5. wazazi

6. ndugu
7. Juma
8. Asha

II

A

1. Tunatoka
2. Tunakaa
3. Tunafanya
4. Tutapenda
5. Tutapenda
6. Tunafahamu
7. Tunataka
8. Tunataka
9. Tunataka
10. Tunataka
11. Tunataka
12. Tunapenda
13. Tunahitaji

B

1. Mtataka
2. Mtapenda
3. Mtakunywa
4. Mnafanya
5. Mtakwenda
6. Mnakuja
7. Mnatoka . . . mnakaa . . .
8. Mnataka
9. Mnacheza
10. Mtapenda
11. Mnahitaji

C

1. Wanatoka . . . wanakaa . . .
2. Wanajifunza . . . wanafahamu . . .
3. Wanajifunza . . . wanafundisha . . .
4. Wao ni wageni hapa, wanatoka . . .
5. Wana . . . wanataka . . .
6. Watapenda . . . wao
7. Wanataka . . . hawajui . . .

D

1. Wewe unakwenda kazini huendi madukani.
2. Yeye anakwenda . . . haendi . . .
3. Bwana Daudi anakwenda . . . haendi . . .
4. Bi Fatuma anakwenda . . . haendi . . .
5. Sisi tunakwenda . . . haendi . . .
6. Mimi na Fatuma tunakwenda . . . hatuendi . . .

7. Mimi na wewe tunakwenda . . .
hatuendi . . .
8. Nyinyi mnakwenda . . . hamuendi/
hamwendi . . .
9. Wewe na Asha mnakwenda . . .
hamuendi . . .
10. Wewe, Asha, na Ali mnakwenda . . .
11. Wao wanakwenda . . . hawaendi . . .
12. Asha na Ali wanakwenda . . .
hawaendi . . .
13. Watu wanakwenda . . . hawaendi . . .
14. Wazazi wangu wanakwenda . . .
hawaendi . . .

III

1. Kuna vyombo mezani.
2. Kuna visu na nyuma mezani.
3. Kuna nyuma, viazi na mkate mezani.
4. Kuna . . .
 n.k.

IV

1. vitu
2. vitabu
3. visu
4. vikombe
5. vijiko
6. viti
7. vikapu
8. vidani
9. vyombo
10. vyakula
11. vyumba
12. vyuovikuu
13. vitana
14. vijana
15. viazi
16. vinywaji
17. vyeti
18. vitambaa
19. vitambaa
20. vikoi
21. vizibau
22. viatu
23. vitanda
24. visima
25. vilima
26. visiwa
27. viongozi
28. vinanda

12

I

1. Haendi Jumamosi na Jumapili.
2. Huenda Jumatatu, Jumanne, Jumatano, Alkhamisi na Ijumaa.
3. Huenda siku tano kwa juma.
4. Huenda maktabani kila siku.
5. Huenda Jumapili.
6. Huenda Ijumaa.
7. Huenda Jumamosi.
8. Hawaendi chuokikuu Jumamosi na Jumapili.

II

1. pili
2. tatu
3. nne
4. tano
5. sita
6. saba
7. nane
8. tisa
9. kumi
10. kumi na moja
11. kumi na mbili

III

1. pili
2. tatu
3. nne
4. tano
5. kumi na moja
6. saba

IV

1. hatuendi/hatwendi
2. hamkai
3. hatufanyi
4. hamwendi
5. hawafanyi
6. hatuishi
7. haishi
8. hukai
9. sisemi

10. hapendi

V

1. si-
2. si-
3. hu-
4. hu-
5. ha-
6. ha-
7. hatu-
8. ham-
9. hamu-
10. hawa-

VI

1. Tulijifunza
2. Nilikwenda
3. Aliishi
4. mlifika
5. walifanya
6. ulikaa
7. mlikula
8. walicheza
9. tulionana

VII

Andika majibu yako mwenyewe:

13

I

A
a. mwema
b. mchangamfu
c. mbaya
d. mchafu
e. mnene
f. mwembamba
g. msununu
h. safi
i. hodari
j. bashashi
k. mfupi
l. mrefu
m. mpole
n. mdogo
o. mkubwa

p. mwepesi
q. mzito
r. mtaratibu
s. mwenye subira

B
a. kikubwa
b. kidogo
c. chembamba
d. kizito
e. chepesi
f. kibaya
g. kipana
h. kirefu

C
a. kibaya
b. kikubwa
c. kidogo
d. kipana
e. chembamba
f. kichafu
g. kirefu
h. rahisi/kirahisi
i. ghali
j. safi

D
a. ndogo
b. kubwa
c. chafu
d. safi
e. mbaya
f. ndefu
g. fupi
h. pana
i. ghali
j. rahisi
k. mpya

II

1. mzuri
2. mzuri
3. nzuri . . . fupi
4. kubwa
5. safi
6. kidogo
7. mvivu; nzuri
8. mrefu
9. hodari; mvivu
10. kigumu; rahisi

11. nzuri; ghali
12. ndefu
13. mwembamba; mnene

III

1. mwema
2. mwema
3. mwema
4. mwema
5. chema
6. chema
7. njema
8. njema
9. njema
10. njema
11. njema
12. mwema
13. mwema
14. mwema
15. mwema
16. mwema
17. mwema
18. mwema

V

1. upi
2. upi
3. kipi
4. kipi
5. ipi
6. yupi
7. ipi
8. upi
9. yupi
10. upi

VI

1. Asha is ready.
2. Mother is ready.
3. The children are ready.
4. I'm ready.
5. We are ready.
6. You are ready. (sing.)
7. The food is ready.
8. The different types of food are ready.
9. The tea is ready.
10. The money is ready.
11. The bread is ready.
12. The loaves of bread are ready.

VII

1. Chakula ki tayari?
2. Kazi i tayari?
3. Motokaa/gari i tayari?
4. Kahawa i tayari?
5. Watoto wa Ali wa tayari?
6. Vitu vya Ali vi tayari?
7. Nguo za watoto zi tayari?
8. Viatu vyangu vi tayari?

VIII

1. Ndiyo, yu tayari/Hapana/La si yu tayari.
2. Ndiyo/Naam ni tayari.
3. I tayari. Iko mezani.
4. Yu tayari. Yuko chumbani/nje.
5. Ndiyo i tayari/Hai tayari/Si tayari.
6. Ndiyo zi tayari/Hazi tayari/Si zi tayari . . .
n.k.

14

I

1. kitenge
2. kahawia
3. Alibhai
4. nne
5. kahawia
6. manjano; buluu; nyeusi
7. ya mwangaza na ya giza
8. buluu ya giza

II

1. buluu
2. nyeusi
3. nyeusi
4. nyekundu
5. kahawia
6. manjano
7. nyeupe
8. kijivujivu
9. kijivujivu
10. cheusi

III

1. cha pamba

2. cha hariri
3. cha kitenge
4. cha sufi
5. kanga

IV

A All answers: Nyeusi.

B All answers: Cheusi.

C All answers: Jeupe.

15

I

1. nyumbani; kazini; mjini
2. Nilikuwa nyumbani, n.k.
3. Nilikwenda karamuni

VI

1. Ndiyo ni watoto wangu, n.k.
4. Ndiyo ni ndugu zangu

VII

1. Mwaka jana nilisafiri Afrika ya mashariki.
2. Nilikwenda kutembelea jamaa zangu.
3. Niliwatembelea binamu zangu wote.
4. Niliwatembelea rafiki zangu wote.
5. Tulisafiri Serengeti kuona mbuga za wanyama.
6. Tuliona wanyama wengi.
7. Tuliona wanyama wote.
8. Nilikuwa Serengeti na Manyara kwa siku nne.
9. Nilirudi Dar Es Salaam baada ya juma.
10. Nilikuwa Afrika ya Mashariki kwa majuma sita/wiki sita.

17

IV

1. Chai iko mezani.
2. Chakula kiko jikoni.
3. Watoto wako ndani.

4. Wazazi wangu wako kazini.
5. Sanduku lako liko wapi?
6. Sanduku langu liko pale/kule.
7. Rangi gani?

18

VI

1. Shule/skuli hii ilifunguliwa lini?
2. Shule yako itafungwa lini?
3. Posta hufunguliwa lini?
4. Barua huletwa lini?
5. Gazeti huletwa lini?
6. Mikahawa hufunguliwa lini?
7. Chakula hupakuliwa lini?
8. Barua hukusanywa lini?
9. Basi huondoka wakati gani?
10. Basi hufika steshini wakati gani?
11. Ndege hufika wakati gani/saa ngapi?
12. Ndege huondoka wakati gani/saa ngapi?

19

III

1. Mtu yule alitoa/aliyatoa mazungumzo haya.
2. Bi Asha alieleza/aliieleza habari hii.
3. Watu wa nchi nyingi wanasherehekea/ wanazisherehekea. Sikukuu za Afrika ya Mashiriki.
4. Watoto huimba/huziimba nyimbo nzuri.
5. Jamaa zetu hupika/huvipika vyakula vingi.
6. Watoto hupamba/huipamba miti.
7. Watoto hutembelea/huwatembelea jamaa.
8. Wazazi waliwapa watoto zawadi.
9. Wazazi walitowa/walizitowa zawadi.
10. Wafanyakazi waliandika/waliziandika barua.

IV

A
1. hivi/vile
2. hii/ile
3. hizi/zile

4. hizi/zile
5. hili/lile
6. haya/yale
7. huu/ule
8. hii/ile
9. huyu/yule
10. hawa/wale

B
1. vyangu
2. yangu
3. zangu
4. zangu
5. langu
6. yangu
7. wangu
8. yangu
9. wangu
10. wangu

V

1. kikapu
2. nyumba
3. vitu
4. maneno
5. kanga
6. tunda
7. vitabu
8. mfuko
9. ufunguo
10. miti

20

II

1. Una watoto wangapi?
2. Una ndugu wangapi?
3. Utakuwa na wageni wangapi kesho?
4. Una wanafunzi wangapi katika darasa lako la Kiswahili?
5. Wanafunzi wangapi wamepata shahada zao mwaka huu.
6. Wanafunzi wangapi hawakuweza kupata shahada zao?
7. Dada wangapi hawana tikti.
8. Wanafunzi wangapi waliingia shule mwaka jana.

III

1. Wanafunzi wangapi hawatapata shule?
2. Wanafunzi wangapi hawarudi shule?
3. Wanafunzi wangapi hawatatoka shule?
4. Wanafunzi wangapi hawatatolewa shule?
5. Watoto wangapi hawataingizwa shule hii mwakani?
6. Wanafunzi wangapi hawatamaliza shule?
7. Wanafunzi wangapi hawatapata shahada?
8. Walimu wangapi hawatakuwa mkutanoni
9. Walimu wangapi hawatapata kazi?
10. Wanafunzi wangapi hawatoki nchi za ng'ambo?

21

IV

1. Ulikuja New York mwaka upi/mwaka gani?
2. Umekaa New York kwa muda gani?
3. Ulizaliwa mwaka gani?
4. Una umri gani/miaka mingapi?
5. Ulianza shule mwaka gani/upi?
6. Umekwenda shule kwa muda gani?
7. Lini ulianza kujifunza. Kiswahili/Ulianza kujifunza. Kiswahili lini?
8. Ni muda gani tangu uanze kujifunza. Kiswahili?
9. Uko hapa kwa muda gani?
10. Uko Marekani kwa muda gani?

V

1. kumi na mbili/miwili
2. sita
3. miezi ishirini na nne/mine/minne
4. miezi thelathini na sita
5. miezi kumi na nane/minane
6. mwaka mmoja
7. miaka miwili
8. nusu [ya] mwaka

22

II

A
1. watazame/waangalie watoto

2. watazame/waangalie wageni
3. watazame/waangalie wazazi wangu
4. mtazame/muangalie dadangu
5. vitazame/viangalie vitu vyangu
6. litazame/liangalie sanduku langu
7. itazame/iangalie/miche yangu
8. watazame/waangalie wanyama wangu
9. mtazame/mwangalie mbwa wangu
10. mtazame/mwangalie paka wangu
11. itazame/iangalie nyumba yangu
12. zitazame/ziangalie barua zangu
13. litazame/liangalie gari langu itazame/
iangalie motokaa yangu

B
1. kiasi gani
2. vitabu vipi
3. masanduku yepi
4. nguo zipi
5. vinywaji vipi
6. chakula kipi

C
1. nipige pasi
2. niende sokoni
3. nisafishe nyumba
4. nisafishe chumba kipi
5. ninunue chakula
6. nirudi jioni
7. nilete watoto
8. nipike chakula
9. nipike chakula gani
10. niwape chakula gani

D
1. uende saa kumi na mbili unusu
2. uje saa kumi na mbili unusu
3. uwe tayari saa kumi na mbili unusu
4. uwalete saa kumi na mbili unusu
5. uitengeneze saa kumi na mbili unusu
6. uifanye saa kumi na mbili unusu

E
1. kwa gari moshi
2. kwa basi
3. kwa ndege
4. saa kumi na mbili unusu
5. kila siku
6. mapema
7. (pamoja) na mke wangu
8. (pamoja) na watoto wangu
9. baada ya darasa

10. kabla ya darasa

F
1. niende nyumbani
2. mfike
3. nikae/nibaki nyumbani
4. nirudi/nirejee nyumbani mapema
5. ningoje nyumbani

III

1. Tunaondoka Tafadhali watazame/
waangalie watoto.
2. Niwape kiasi gani?
3. Nipike chakula kiasi gani?
4. Nilipe kiasi gani?
5. Niwape kazi gani?
6. Unataka ningoje hapa/unanitaka.
7. Unataka ninunue chakula/unanitaka.
8. Jaribu ufike mapema.
9. Jaribu uwe tayari saa kumi na mbili.
10. Itanibidi niende kwa miguu.
11. Itanibidi niende nyumbani sasa.
12. Itatubidi turudi/turejee nyumbani kwa
basi.

23

II

A
1. tukale
2. tukacheze
3. tukacheze dansa/dansi
4. tukatazame
5. tukajifunze
6. tukasaidie
7. tukanunue
8. tukafanye
9. tukaulize
10. tukafanye kazi

B
1. tusiende sasa
2. tusifanye sasa
3. tusijifunze sasa
4. tusipike sasa
5. tusifanye kazi
6. tusinunue sasa
7. tusicheze sasa
8. tusiondoke sasa

C
1. twende
2. tufuate
3. tusafiri
4. tuje
5. tungoje

D
1. tusiende
2. tusifuate
3. tusisafiri
4. tusije
5. tusingoje

E
1. mwambie
2. muelekeze
3. muonyeshe
4. mjibu
5. mueleze

F
1. usimuulize
2. usimuonyeshe
3. usimngoje
4. usimueleze
5. usimjibu

G
1. tuende/twende
2. tuchukue
3. tununue
4. tutake
5. tusafiri

H
1. anifanyie
2. aniitie
3. anipikie
4. aniulizie
5. aniandikie
6. anilete
7. anipelekee
8. anisomee
9. anitengenezee
10. anichukulie
11. aninunulie
12. anifungulie

III

A
1. Twende tukamuulize mtu njia.
2. Twende tukale nao.
3. Twende tukatazame ngoma.
4. Twende tukasikilize habari.
5. Tusiondoke sasa. Nina kazi kumaliza.
6. Tungoje kwa muda gani?
7. Twende sasa? Utayari?
8. Itatubidi kwenda kwa taksi (kwa sababu) hakuna basi wakati huu.
9. Mwambie atupunguzie nauli.
10. Mwambie atungojee. Inatubidi tupeleke vitu vyetu hotelini.

B
1. waende
2. waende
3. wafike
4. warudi
5. watembee
6. waje
7. waende
8. wangoje

VI
1. tengeneza
2. rudi
3. nenda
4. pita
5. nipe
6. nionyeshe
7. nifahamishe
8. niambie
9. nijibu
10. tungoje
11. njoo
12. mkataze

VII

1. Niuzie kitabu. Ninakihitajia/Ninakitaka kwa darasa.
2. Niazime kalamu. Yangu nimeiwacha nyumbani.
3. Nionyeshe njia ya kwenda Posta ya karibu.
4. Nielekeze njia ya (kwenda) kiwanja cha ndege.
5. Niletee kikombe cha kahawa bila ya

maziwa.
6. Je, nikufanyie nini? Umeningoja kwa muda gani?
7. Nipigie simu kesho kabla ya saa moja za jioni au baada ya saa nne.
8. Nieleze habari. Sijalisoma gazeti.
9. Nipeleke sokoni.
10. Tafadhali nionyeshe ramani yako.
11. Tafadhali niletee orodha ya vyakula.
12. Ningojee hapa.

24

V

1. Sijui Bi Asha alipo.
2. Sijui watoto walipo.
3. Sijui Posta Kuu ilipo.
4. Mwalimu wako mkuu yuko wapi?
5. Mwalimu mkuu yumo/yuko ofisini mwake? kwake.
6. Walimu wako wako wapi?
7. Walimu wetu wako mkutanoni.
8. Wazazi wangu wako Unguja.
9. Mume wangu hayuko ndani.
10. Mchumba wake yuko pale.

25

V

1. Nilikwenda (nyumbani) kwa Ali. Nilikwenda (nyumbani) kwake. Nilikwenda (nyumbani) kwao.
2. Nilimwona (nyumbani) kwake. Nilimwona (nyumbani) kwa wazazi wake. Nilimwona (nyumbani) kwangu.
3. Nilizungumza naye chumbani kwake/ mwake. Nilizungumza naye ofisini kwake. Nilizungumza naye ofisini mwake.
4. Nilikaa kitini kwangu/juu ya kiti changu. Nilikaa kitini kwake/juu ya kiti changu. Nilikaa garini mwangu.
5. Niliziweka mezani. Niliziweka mezani kwake/pake. Niliziweka mfukoni mwake.
6. Nililiweka karibu na bengi/benki. Nililiweka mbele ya bengi. Nililiweka nyuma ya bengi.
7. Iko/Imo chupani. Ipo/Iko dukani. Imo mfukoni.

26

II

A
1. siku nyingi
2. kitambo
3. tangu mwezi uliopita
4. kwa wiki nzima/juma zima
5. kwa miezi miwili
6. kwa mwezi mzima
7. kwa mwaka mzima
8. kwa siku tatu zilizopita
9. tangu Ijumaa iliyopita
10. mkutanoni
11. mkahawani
12. (nyumbani) kwa Ali

B
1. kazini
2. nyumbani
3. mkutanoni
4. nyumbani kwako
5. karamuni kwako
6. huko
7. hapa
8. kijijini

C
1. Ulikwenda
2. Ulirudi
3. Ulisafiri
4. Ulifika
5. Uliondoka

D
1. mwaka uliopita
2. juma lililopita/wiki iliyopita
3. majuma mawili yaliyopita/wiki mbili zilizopita
4. miezi miwili iliyopita
5. siku mbili zilizopita
6. siku chache zilizopita

E
1. kwa basi
2. kwa meli
3. kwa gari moshi
4. kwa ndege

F
1. mwanangu wa kike/binti yangu

2. mume wangu
3. mke wangu
4. mwanangu wa kiume/bin yangu
5. ndugu yangu wa kike/dada yangu
6. ndugu yangu wa kiume/kaka yangu
7. wazazi wangu
8. bin amu yangu
9. jirani yangu
10. rafiki yangu

G
1. majuma mawili
2. majuma matatu
3. mwezi mmoja
4. miezi miwili
5. siku chache
6. mwaka mmoja
7. miaka miwili

III

1. Tulikaa kijijini
2. Tulikaa kwa majuma mawili
3. Tulikaa nyumbani kwa rafiki
4. Hatukukaa bwenini
5. Nilikwenda peke yangu
6. Nilikaa peke yangu
7. Ulikwenda peke yako?
8. Nchi yao nzuri.
9. Nchi yako kubwa.
10. Nyumba yangu ni ile.

IV

A
1. Ilikuwa nzuri
2. . . . mbaya, . . .
3. Si mbaya
4. Si mbaya sana

B
1. Kilikuwa kizuri sana
2. kibaya sana
3. Kilikuwa na chumvi nyingi sana
4. Kilikuwa na pilipili nyingi sana
5. Kilikuwa kitamu

C
1. Ilikuwa nzuri sana
2. Ilikuwa mbaya sana
3. Ilikuwa (i) baridi sana
4. Ilikuwa (i) moto sana

5. Ilikuwa na maziwa mengi sana
6. Ilikuwa nzito sana
7. Ilikuwa nyepesi sana

27

I

A
1. mwaka huu
2. mwakani
3. mwaka ujao
4. mwezi huu
5. mwezi ujao
6. juma hili/wiki hii
7. juma lijalo/wiki ijayo
8. baada ya majuma matatu
9. baada ya miezi mitatu
10. baada ya miaka mitatu
11. kati ya mwezi
12. katika likizo la kiangazi

B
1. kuonana na watu
2. kujifunza lugha
3. kutembelea makumbusho
4. kwenda mbugani
5. kusafiri mahali mbalimbali
6. kula chakula cha kienyeji
7. kwenda pwani
8. kutembelea vijijini
9. kuzungumza na watu
10. kutembelea shule
11. kuona mahali mbalimbali/tofauti
12. kusikiliza watu

II

A
1. kusafiri nawe
2. kujifunza nawe
3. kukaa nawe
4. kufanya kazi nawe
5. kuja nawe
6. kuhudhuria mkutano nawe
7. kukusaidia
8. kwenda pwani nawe
9. kuwatembelea wazazi wako
10. kwenda karamuni nawe

B
1. Tutakwenda (pamoja) na wewe/nawe.
2. Tutakwenda pamoja.
3. Tutakwenda kwa ndege.
4. Tutakaa huko kwa muda wa majuma sita.
5. Tutajifunza kusema Kiswahili.
6. Tutachukua watoto wetu.
7. Tutakwenda majira ya baridi.
8. Tutakwenda baada ya Masika.
9. Tutachukua nguo nyepesi.
10. Tutatembelea Kenya, Tanzania na Uganda.
11. Tutastarehe.
12. Watakwenda nasi/na sisi.

C
1. Tutakwenda mwezi ujao.
2. Tutakwenda karibu.
3. Tutarudi mwezi ujao.
4. Tutafanya kazi huko.
5. Tutajifunza chuokikuu.
6. Tutatembelea mbuga za wanyama.
7. Tutazungumza na rais.
8. Tutajifunza historia ya watu/Tutajifunza habari/tarikh za watu.
9. Tutazungumza na wenyeji.
10. Tutatembelea vijiji vya ujamaa.

28

II

A
1. Nitakirudisha baada ya kukisoma.
2. Nitakirudisha baada ya kukitumia.
3. Nitakirudisha baada ya kumwonyesha.

B
1. Nitairudisha baada ya kuandika barua yangu.
2. Nitairudisha baada ya kuitumia.
3. Nitairudisha baada ya kumaliza kazi.

C
1. Nitalileta nyumbani.
2. Nitalileta chumbani kwako.
3. Nitalileta kwenye gari moshi.

D
1. Nitavileta vyote.

2. Nitavileta vichache.
3. Nitavileta baadhi yake.

E
1. Nitazileta zote.
2. Nitazileta chache.
3. Nitazileta baadhi yake.

F
1. Nitayaleta yote.
2. Nitayaleta machache.
3. Nitayaleta baadhi yake.

G
1. Nitaileta yote.
2. Nitaileta michache.
3. Nitaileta baadhi yake.

H
1. Nitawaleta wote.
2. Nitawaleta wachache.
3. Nitawaleta baadhi yao.

IV

1. . . . vyumba vyote.
2. . . . meza zote.
3. . . . majiko yote.
4. . . . mikate yote.
5. . . . kuku wote.

29

I

A
1. kwa miguu
2. kwa garimoshi
3. kwa gari la abiria
4. kwa ndege
5. kwa mataboti

B
1. kiwanja cha ndege
2. stesheni ya garimoshi
3. Ubalozi wa Ghana
4. madukani
5. kituo cha basi

C
1. usafiri

2. uchukue basi
3. uje

D
1. (nyumbani) kwako
2. (nyumbani) kwa Ali
3. chuo kikuu
4. kiwanja cha ndege

V

1. Tunataka kwenda Gedi. Tunaweza kwenda kwa basi?
2. Basi huondoka lini/wakati gani?
3. Nikupe pesa sasa?
4. Nauli kiasi gani?
5. Tufike hapa saa ngapi?
6. Inaruhusiwa kupiga picha?
7. Tukae wapi?
8. Tafadhali tuambie tuteremke wapi?

30

I

A
1. kuuza
2. kununua
3. kupata
4. kuacha
5. kuweka

B
1. akupeleke
2. aende nawe
3. aje nawe

C
1. nichukue
2. nifanye
3. nipeleke

D
1. bei
2. gharama
3. nauli

II

A
1. kabla ya kwenda safari/kabla ya kusafiri/kabla hawajasafiri
2. kabla ya kuondoka nchi/kabla hawajaondoka
3. kabla ya rafiki zao kufika/hawajafika
4. kabla ya kumaliza kazi/kabla hawajamaliza kazi
5. kabla ya sisi kufika mjini/hatujafika

B
1. kabla hajaondoka nyumbani/kabla ya kuondoka
2. kabla hajatoka
3. kabla sijakuona
4. kabla hajaandika barua
5. kabla hajakodi gari

C
1. kabla hajafika
2. kabla ya wageni kufika
3. kabla ya watoto kurudi shule
4. kabla hajaondoka kwenda kazini
5. kabla ya saa saba

III

1. . . . hiki unacho
2. . . . hivi unavyo
3. . . . hii unayo
4. . . . hizi unazo
5. . . . hili unalo
6. . . . haya unayo
7. . . . huu unawo/unao
8. . . . hii unayo

VIII

1. aje
2. ufanye
3. wanataka
4. niendeshe
5. tungoje
6. unacho
7. hiyo
8. mwende
9. kipi
10. hiki
11. kula

31

II

A
1. karibu/mbali
2. karibu/mbali
3. karibu/mbali
4. kwenye
5. mkabala

B Possible Answers
1. mbele ya nyumba
2. mbele/nyuma ya shule
3. nyuma ya nyumba
4. mbele ya nyumba
5. kati/chini/juu ya kilima

III

1. karibu
2. karibu/mbele/nyuma
3. mbele/karibu/nyuma
4. mkabala
5. mbele/nyuma/karibu

IV

1. yangu/nami
2. yako/ya Asha/ya mlango
3. na meza
4. wa meza
5. ya lako/ya kitanda

V

1. niende
2. uende
3. aende
4. tupate
5. waje/waende

VI

1. kwangu
2. kwake
3. kwangu
4. kwetu
5. kwao
6. kwenu
7. kwake
8. kwao

9. kwangu
10. kwetu/kwake/kwenu/kwao/kwako

VII

1. Ali ni mkubwa kuliko Fatuma.
2. Nyumba hii ni kubwa kuliko yangu.
3. Nitapenda chumba kikubwa zaidi.
4. Tulikwenda kununua gari kubwa zaidi kuliko hili.
5. Ninahitaji kikapu kikubwa zaidi.
6. Hiki ni kidogo kuliko changu.

32

II

1. shida/ajali/taabu
2. ikamchelewesha/ikamzuia
3. shida/tabu/taabu
4. akishikwa/akipatikana/akiwa
5. kumsaidia

III

1. a
2. b
3. d
4. a
5. b

IV

1. e
2. e
3. a
4. a
5. e
6. d
7. d
8. b
9. d
10. e

V

1. kuingia
2. inakatazwa
3. kuweka
4. gari
5. kuweka

6. kuweka/kusimamisha
7. matopeni/shimoni
8. kunisaidia
9. imekwisha
10. imepasuka
11. imekwama
12. kunisaidia

33

III

1. e
2. a
3. c
4. d
5. a

IV

1. ugonjwa
2. mganga/daktari
3. dawa
4. homa
5. homa/malaria
6. maji
7. homa/malaria
8. sindano
9. damu
10. mapafu

V

1. li
2. ki
3. u
4. li
5. i
6. vi
7. ya
8. li
9. u
10. i

VII

1. kisu
2. mti
3. maji ya moto
4. Asha
5. mganga
6. daktari

7. kunywa/kupaka
8. vidonge
9. maji
10. homa/usingizi
11. maumivu
12. mganga/mtibabu

VIII

1. ninywe
2. nile
3. nipake
4. nitumie
5. nipige

34

III

1. kuandikia
2. kunywia
3. kushonea
4. kununulia
5. kuchanjia
6. kuchongea
7. kulia
8. kufanyia/kushonea
9. kukorogea
10. kunibebea

IV

1. Mgeni alipatiwa chumba na mwenye hoteli.
2. Nilipitiwa na wenzangu kwenda karamuni.
3. Nililetewa barua na mkurugenzi.
4. Nilikirimiwa vizuri na mwenyeji wangu.
5. Nilifanyiwa kazi zangu na Juma.
6. Tatu alikasirikiwa na mama.
7. Tatu aligombaniwa na Kristina.
8. Nilipikiwa chakula cha kienyeji na rafiki yangu.
9. Nilisaidiwa na waziri kupata taarifa hii.
10. Ulinunuliwa na nani ramani hii.
11. Uliandikiwa na nani barua.
12. Tulitolewa hadithi ya kale na bibi.

VI

1. Nitakupigia simu kesho.

2. Atakupitia jioni.
3. Mkurugenzi atakuandikia barua.
4. Mchukuzi atakuletea mizigo yako.
5. Dereva atakungojea?
6. Tafadhali tuletee chai na limau.
7. Utaweza kunibadilishia hundi ya safari?
8. Nitakuonyesha chumba chako.
9. Utatupatia teksi?
10. Utanitengenezea gari?
11. Utanifasiria barua hii?
12. Utaweza kutufanyia kazi?

35

III

1. kunisaidia
2. kumfulia
3. kumnunulia
4. atakupikia
5. alimsomea
6. aliwahutubia
7. atawazungumzia
8. atanipatia
9. atamsomea
10. watampelekea

V

1. nikufanyie
2. nikuchukulie
3. nikuletee
4. nikutafutie
5. nikutengenezee

VIII

1. aliyekuja
2. aliyetoka
3. anayefundisha
4. aliyekaa
5. waliowasili
6. nilichokitaka
7. niliopoteza
8. alioitia
9. ninapoishi
10. nilizoziandika/nilizoandika

IX

1. Wakati ukuta ni tamthiliya (mchezo wa

Kiswahili) aliyoiandika Ebrahim Hussein.
2. Bibi Maahira ni kitabu cha hadithi fupi zinazotolewa na bibi/nyanya.
3. Rangi zetu ni shairi lililotungwa na . . .
4. Kitabu kipya nilichokinunua jana ni hiki.
5. Rangi ninayoipenda kuliko zote ni buluu.
6. Sitakuwapo hapa siku utakayofika.
7. Hatuna samaki umtakaye.
8. Uliziona funguo ulizozipoteza.
9. Nililikosa basi lililokwenda Arusha.
10. Sikuipata barua uliyoniandikia.

36

III

1. kunikodia
2. kuniwekea
3. kunitafutia
4. kuniulizia
5. kunijengea
6. kunichukulia
7. kuniletea
8. kunifanyia
9. kunitakia
10. kuninunulia

IV

1. Wageni aliowaalika ni hawa.
2. Wakurugenzi aliowaalika ni wale.
3. Vikombe alivyovitaka ni hivi.
4. Viatu alivyovipoteza ni vile.
5. Mifuko aliyoinunua ni ile.
6. Milango aliyotaka ni hii.
7. Nyumba anazokaa ni hizi.
8. Nguo alizozipenda ni hizi.
9. Masanduku aliyoyaleta ni haya.
10. Maua ninayoyapenda ni haya.

V

1. Vitabu alivyoviona ni hivi.
2. Vyandarua alivyopata ni vile.
3. Chai aliyofanya/aliyotengeneza ni ile.
4. Nguo alizoshona ni zile.
5. Kanga zilizotoka mwezi huu ni hizi.
6. Mifuko niliyoileta ni hii.
7. Magazeti niliyotaka ni haya.
8. Watoto niliowaona ni hawa.

VI

A

1. uliokuwa
2. iliyokuwa
3. lililokuwa
4. palipokuwa
5. kilichokuwa

B

1. vilivyokuwa
2. iliyokuwa
3. zilizokuwa
4. yaliyokuwa
5. waliokuwa

VII

1. Wavulana wenye akili ni wale.
2. Wasichana wenye kazi ni hawa.
3. Miji yenye watu ni mizuri.
4. Wafanya kazi wenye bahati hawana shida.
5. Nchi zenye fedha zinajivunia.
6. Maduka yenye vitu vingi hayakosi wanunuzi.
7. Matunda yenye ladha ni embe/maembe.
8. Maua yenye harafu nzuri ni mawaridi.
9. Mikahawa yenye chakula chema ni hii.
10. Nguo zenye mishono mizuri ni za Asha.

VIII

1. kisichokuwa
2. kisichokuwa
3. chenye/kilichokuwa na
4. penye
5. yenye
6. mwenye
7. wasiokuwa
8. chenye
9. chenye
10. yenye

IX

1. kiliandikwa
2. hufunguliwa
3. alikamatwa
4. vililetwa
5. ilipelekwa
6. amepondwa

7. hufungwa
8. kimevunjwa
9. alizaliwa
10. ulijibiwa

37

IV

A

1. walinishughulisha
2. walinishughulisha
3. walinishughulisha
4. walinishughulisha
5. yalinishughulisha
6. ilinishughulisha
7. ilinishughulisha
8. yalinishughulisha
9. walinishughulisha
10. ulinishughulisha

B

1. Maua yake yamependeza sana.
2. Mavazi yake yamependeza sana.
3. Majumba yake yamependeza sana.
4. Watoto wake wamependeza sana.
5. Njia zake zimependeza sana.
6. Nyumba zake zimependeza sana.
7. Miti yake imependeza sana.
8. Maonyesho yake yamependeza sana.
9. Taa zake zimependeza sana.
10. Rangi zake zimependeza sana.

C

1. Nchi hii imependeza?
2. Kazi hii imependeza?
3. Kitabu hiki kimekupendeza?
4. Kitambaa hiki kimekupendeza?
5. Mavazi haya yamekupendeza?
6. Nywele hizi zimekupendeza?
7. Rangi hizi zimekupendeza? Rangi hii imekupendeza?
8. Mshono huu umekupendeza?
9. Kanga hii imekupendeza? Kanga hizi zimekupendeza?
10. Koti hili limekupendeza?

V

1. wanamfurahisha; wanamsemesha; wanamchekesha; wanamhangaisha;

wanamkasirisha; wanamshughulisha; wanamridhisha; wanampigisha kelele; wanamharakisha; wanamzungusha

2. lisha; nywisha; alitushibisha; alituendesha; alitusemesha; alituzungusha; alitutembeza; alitushughulisha; alitukasirisha; alituhangaisha

VI

1. nywisha
2. zungusha
3. amsha
4. rudisha
5. julisha
6. onyesha
7. semesha
8. tembeza
9. laza
10. pikisha
11. chekesha
12. angusha

VII

1. kurudisha
2. alinionyesha
3. alimuangusha
4. anamlaza
5. inachekesha
6. nilipikisha
7. kukujulisha
8. inalisha
9. ilinizungusha/ilinirudisha
10. sitakusemesha

VIII

1. Nimefurahi kuonana nawe.
2. Nimestarehe sana.
3. Nimechoka. Nataka kupumzika.
4. Gari limejaa/Motokaa imejaa.
5. Nilipopiga simu ulikuwa umekwisha ondoka.
6. Nilpomwona ulikuwa umekwisha nunua vitu.
7. Nilipomwona alikuwa amekwisha funga mizigo yake.
8. Basi limechelewa.
9. Basi limekwenda.
10. Je, nimechelewa?

38

IV

1. Tungalijua mlitaka kwenda mchezoni tungalingojea.
2. Tungalijua wamefika mjini tungalikwenda kuwatazama.
3. Tungalijua mtarudi mapema tungaliondoka.
4. Wangalijua tunataka kwenda nao wangalitupitia.
5. Wangalipenda kuja kututazama wangalikuja.
6. Wangalisema neno la hekima wangalimsikiliza.
7. Mngalitukaribisha nyumbani kwenu tungalikuja.
8. Mngalituuliza neno tungalikuambieni.
9. Wangalifanya kama walivyowaambia wangaliwafurahisha.

V

1. ningalimwona
2. angalipata
3. wangalijua
4. angalikuja
5. ningalimfanyia
6. angalimpa
7. tungaliwaambia
8. tungaliwasemesha
9. zingalimfurahisha
10. wangalifahamu
11. angalishinda
12. ungalielewa

VI

A
1. Juma na Asha walinunuliana zawadi.
2. Twaha na Fatuma walingojeana/ walingojana.
3. Katibu na mkurugenzi walifuatana.
4. Hamidu na wazazi wake walipigiana simu.

B
1. anapika
2. anaimba
3. anaiba
4. anajifunza

5. anauguza
6. analima
7. ananyoa
8. anafua
9. ananunua

VII

1. hupika
2. hulima
3. hospitali
4. hufua nguo
5. analea

VIII

1. Ningalijua alikuwako, ningalikwenda kumtazama.
2. Ningalijua ulitaka kwenda, ningalikupitia.
3. Ungalitafuta maktabani, ungalikiona. Ungalitazama maktabani, ungalikiona.
4. Wangalicheza vizuri, wangalishinda.
5. Ungalikuja mapema, ungalimwona hapa.
6. Usingalimwita asingalikuja.
7. Akikuuliza usimwambie neno/kitu.
8. Wakisafiri mwaka huu, watarudi mwakani.
9. Nitafurahi ukija.

39

III

1. . . . haliwi
2. . . . haonekani . . .
3. . . . hapandiki
4. . . . haogelei . . .
5. Hali . . .
6. Haruki . . .
7. Hatagi anazaa
8. . . . anataga hazai.

IV

1. . . . haipitiki . . .
2. . . . hakikupikika . . .
3. . . . halikujibika . . .
4. . . . hayafahamiki . . .
5. . . . halisameheki
6. . . . haifanyiki . . .

7. . . . halistaajabiki
8. . . . haipakiki

VII

1. . . . linajibika
2. . . . kinalika
3. . . . inanywika
4. . . . unafungika
5. . . . unakatika
6. . . . unafahamika

VIII

1. Tulifanya walivyosema.
2. Tulitambua walivyoeleza.
3. Tulifanya walivyoagiza.
4. Wanafanya watakavyo.
5. Mnafanya mjuavyo.
6. Tunafanya mpendavyo.
7. Wanasema wapendavyo.
8. Mnajibu mjuavyo.
9. Wanaruka wapendavyo.
10. Tunakula tupatavyo.
11. Wanafanya wawezavyo.
12. Fanyeni mpendavyo.

MSAMIATI WA KIINGEREZA-KISWAHILI *ENGLISH-SWAHILI VOCABULARY*

A

ABILITY uwezo; akili
ABLE, BE *v* weza *v*; mudu *v*
ABOLISHED, BE *v* ondolewa *v*
ABOVE juu
ABUNDANCE wingi
ACADEMIC SUBJECT somo, taaluma
ACTION ki-tendo
ACTIVITY kitendo
ADD *v* jumlisha *v*
ADDITION SUMS hesabu za kujumlisha
ADDRESS anwani
ADMINISTRATIVE COUNCIL Halmashauri
   ya Utawala
ADORN (RITUAL MARKING) *v* remba *v*;
   lemba *v*
ADULT(S) mtumzima (watuwazima)
ADVENTURE kisa; jambo la ujasiri
ADVICE nasaha; shauri
ADVISORY COUNCIL halmashauri
AEROPLANE ndege; eropleni
AFFAIR jambo/mambo
AFFECT *v* athiri *v*
AFFINE mkwe (wa)
AFFLUENCE hadhi; utajiri
AFRAID, BE *v* ogopa *v*
AFRICA Afrika
AFRICAN(S) Mwafrika (Waafrika)
AFTER baada (ya)
AFTERNOON alasiri
AGE umri
AGREE *v* kubali *v*
AGREEMENT mapatano; masikilizano
AGRICULTURE ukulima
AID msaada
AIM lengo; shabaha
AIR pumzi
AIRPLANE *see* AEROPLANE
AIRPORT kiwanja cha ndege; uwanja wa
   ndege
ALIGHT teremka
ALIVE *hai (*word used in adj. phrases: yu
   hai)

ALL DAY kutwa
ALLEY kichochoro
AMBASSADOR(S) *or* CONSUL(S) balozi
   (ma-)
AMBITION hamu; nia
AMERICA Marekani/Amerika
AMERICAN Mmarekani/Mwamerika *sing*;
   Wamarekani/Waamerika *pl*
AMOUNT kiasi; kadiri
AMUSEMENT tamasha
*ANCIENT *kale (*word used in adj.
   phrases: watu wa kale)
ANGEL malaika
ANGER hamaki; hasira
ANIMAL(S) mnyama (wanyama)
ANNOUNCE *v* tangaza *v*
ANNOUNCEMENT utangazaji; tangazo
*ANOTHER *-ingine (*word used in adj.
   phrases: siku nyingine)
ANTELOPE paa (o/)
*ANTIQUE *kale (*word used in adj.
   phrases: vitu vya kale)
ANTHROPOLOGY Elimu ya jamii na
   utamaduni wao
APPARATUS vifaa
APPEAL *v* omba *v*
APPOINT *v* teua *v*
ARAB(S) Mwarabu (Waarabu)
ARCHITECTURE ujenzi
AREA eneo
ARGUE *v* gombana *v*; shindana *v*
ARITHMATIC hesabu
*ARM(S) mkono (mi-) (*including HAND(S))
ARRANGE *v* panga *v*
ARRANGEMENT matengenezo; taratibu
ARRIVE *v* fika *v*; wasili *v*
ART sanaa (o/)
ARUSHA DECLARATION Azimio la Arusha
ASCEND *v* panda *v*
ASH jivu (majivu)
ASIDE kando
ASK *v* uliza *v*
ASSEMBLY baraza (o/)
ASSISTANCE msaada (mi-)

ASSISTANT(S) msaidizi (wa-)
ASSOCIATION chama (vy-)
ATTACK *v* shambulia *v*
AT ALL kamwe
ATTEND *v* hudhuria *v*
ATTRACT *v* vuta/vutia *v*
AUTHOR(S) mwandishi (wa-)
AUTHORITY mamlaka (o/)
AUTOMOBILE motokari/motokaa (o/); gari
    (o/or ma-)
AVOCADO PEAR peya (ma-)
AVOID *v* epuka *v*

B

BABY(-IES) mtoto mchanga *sing*; watoto
    wachanga *pl*
BACK (of a person) mgongo (mi-)
BACK (of a thing) nyuma
*BAD *-baya (*word used in adj. phrases:
    chakula kibaya)
BAG mkoba (mi-); mfuko (mi-)
BAIT chambo (vy-)
BALL mpira (mi-)
BANANA(S) ndizi (o/)
BANANA PLANT mgomba (mi-)
BANGLES bangili (o/)
BANK benki/bengi (o/)
BARBER(S) kinyozi (vi-)
BARTER SHOPPING ON THE OUTSKIRTS
    OF TOWN *v* hemera *v*
BASKET mfuko; kikapu (vi-)
BATH hodhi (ma)
BATHROBE koti la kuogea
BATHROOM (toilet only) choo (vy-)
BATHROOM (with bath etc.) choo cha
    kuogea; msalani
BATH, TO TAKE A *v* oga *v*
BATTERY (electric) betri (o/)
BE *v* -wa *v*
BEACH pwani (o/)
BEADS shanga (o/)
BEAT *v* fua *v*; piga *v*
BEAT, A mdundo (mi-)
*BEAUTIFUL *-zuri (*word used in adj.
    phrases siku nzuri)
BEAUTY uzuri
BED kitanda (vi-)
BED OF EARTH tuta (ma-)
BEDROOM chumba cha kulalia; chumba
    cha kulala
BEDSHEET shuka (o/)

BEER biya (o/); pombe (o/); tembo (o/);
    kangara
BEESWAX nta (o/)
BEFORE (time, not space) kabla
BEG *v* omba *v*
BEGIN *v* anza *v*
BEHAVIOR silka/mwendo
BEHIND nyuma
BELIEVE *v* amini *v*
BELIEF imani (o/)
BELL kengele (o/or ma-)
BELLS WORN AT A DANCE njuga (o/)
BELOW chini
BELT ukanda (kanda); mshipi (mi-)
BEND DOWN *v* inama *v*
BEST, THE bora
BETROTHAL ndoa (o/)
BETTER bora
BETWEEN baina
BEWITCHED *v* logwa *v*
BIBLE Biblia (o/)
BICYCLE baiskeli (o/or ma-)
*BIG *-kubwa (*word used in adj. phrases:
    mti mkubwa)
BILHARZIA kichocho (vi-)
BILL (Government) mswada (mi-)
BINDING *v* pasa *v*
BIOGRAPHY wasifu wa mtu
BIRD ndege (o/)
BIRTH OF THE PROPHET MUHAMMAD
    Maulidi
BITE *v* uma *v*
*BITTER *-chungu (*word used in adj.
    phrases: mhogo mchungu)
*BLACK *-eusi (*word used in adj. phrases:
    koti jeusi)
BLACKBOARD ubao (mbao)
BLAME *v* laumu *v*
BARIKI *v* bless *v*
BLESSING radhi (o/); baraka (o/)
BLOUSE blauzi (o/or ma-)
BLOOD BROTHERHOOD ndugu wa
    kuchanjia (o/)
BOARD bao
BOAT meli (o/); dau (ma-); jahazi (o/)
BODY kiwiliwili (vi-)
BOIL *v* chemka *v*
BOOK kitabu (vi-)
BOOK (a small book containing a single
    chapter of the Qur'an) (ki)juzuu (vi)
BORN, TO BE *v* zaliwa *v*
BOTANY Elimu ya mimea

BOTHER *v* sumbua *v*
BOUNDARY mpaka
BOX sanduku (ma-)
BOY(S) mvulana (wa-); mtoto wa kiume
    (wa-); mtoto mwanamume *sing*; watoto
    wanaume *pl*
BRAID *v* suka *v*
BRASSIERE sidiria (o/)
BREAK *v* vunja *v*
BREAKFAST chakula cha asubuhi
BREAM (a kind of fish) changu (o/)
BRICK tofali (ma-)
BRIDE biarusi (o/or ma)
BRIDEGROOM bwana arusi (o/or ma)
BRIDEWEALTH mahari (o/)
BRIDGE daraja (o/or ma)
BRING *v* leta *v*
BRING UP *v* lea *v*
BROADCASTING utangazaji
BROADCASTING STATION idhaa
BROKEN, TO BE *v* katika *v*; vunjika *v*
BROOM ufagio (fagio)
BROTHER kaka (o/or ma); ndugu wa kiume
BROTHERHOOD ujamaa
BROTHER-IN-LAW shemeji/shemegi (o/or
    ma)
BRUSH TEETH, TO *v* piga mswaki *v*
BUFFALO nyati (o/)
BUILD, TO *v* unda *v*; jenga *v*
BUILDING jumba(ma-); jengo (ma-);
    jenzi(ma-)
BURN *v* choma *v*; ungua *v*; unguza *v*
BURSAR msarufi (wa-)
BUS basi
BUSH kichaka (vi-)
BUSINESS (trade) biashara (o/)
BUS STATION stesheni ya basi
BUS STOP kituo cha basi
BUT lakini
BUTTER siagi
BUTTON kifungo (vi-)
BUY, TO *v* nunua *v*
BUYER(S) mshitiri (wa-)

C

CABINET Kabineti (o/or ma)
CADRE(S) mkadamu (wa-)
CAKES (made from lentils *or* beans)bajia
    (o/)
CAKES keki (o/)
CALABASH kibuyu (vi-)

CALENDAR kalenda (o/or ma)
CALICO (black only) kaniki (o/)
CALL, TO *v* ita *v*
CAMEL ngamia (o/)
CAN, A mkebe/kibati
CANADIAN(S) Mkanada (wa-)
CANDY peremende (o/)
CANOE mtumbwi (mi-)
CAP kofia/chepeo
CAPABILITY uwezo
CAPITAL rasimali
CAPITALIST bepari (o/or ma)
CAPTURE *v* teka *v*
CAR *see* AUTOMOBILE
CARD kadi (o/)
CARE, TO *v* jali *v*
CARELESSNESS dharau (o/)
CARPET zulia (ma-)
CARRY, TO *v* beba *v*
CARVE, TO *v* chonga *v*
CASHEW NUT korosho (o/)
CASSAVA mhogo/muhogo (mi-)
CAT paka(o/ma-)
CATCH, TO *v* kamata *v*
CAUSE, TO *v* sabibisha *v*
CAUSE TO COMPARE, TO *v* linganisha *v*
CAVE pango (ma-)
CELEBRATE, TO *v* sherehekea *v*
CELEBRATION sherehe (o/)
CEMENT saruji (o/); sementi (o/)
CENT (one-hundredth of a shilling) senti
CENTURY karne (o/)
CEREALS (grains) nafaka (o/)
CERTAIN, TO MAKE *v* hakikisha *v*
CERTAINTY hakika (o/)
CERTIFICATE shahada (o/); hati (o/)
CHAIN mkufu (mi-)
CHAIR kiti (vi-)
CHAMELEON kinyonga (vi-); lumbwi
CHANGE badiliko (ma-)
CHANGE, TO *v* badilisha *v*
*CHARMING *bashashi (*word used in adj.
    phrases: mtu bashashi)
CHART kielezo (vi-)
CHASE AWAY, TO *v* fukuza *v*
CHEAT, TO (in price *or* food) *v*; punja *v*
CHEETAH duma (o/or ma)
CHEMIST'S (Drug store) duka la madawa
CHEST (anatomical) kifua (vi-)
CHEST (wood *or* metal, used as luggage,
    etc.) kasha (ma-)
CHICKEN POX tetekuwanga (o/); tetewanga

CHIEF/KING jumbe (o/or ma)
CHILD(REN) mtoto (wa-)
CHIT cheti (vy-)
CHILI PEPPER pilipili (o/)
CHOOSE, TO *v* chagua *v*
CHRIST Kristo (o/)
CHRISTIAN(S) Mkristo (Wa-)
CHRISTMAS Krismasi
CHRONICLES tarikhi (o/)
CHURCH kanisa (ma-)
CIGARETTE(S) sigireti/sigareti/sigara (o/)
CINEMA sinema/senema (o/)
CIRCLE duara (o/or ma-)
CITIZEN raia (o/or ma) *or* mwananchi (wa-)
CITIZENSHIP uraia
CIVILIZATION ustaarabu
CLAIM, TO *v* dai *v*
CLANSHIP utani
CLAP HANDS, TO *v* piga makofi *v*
CLASS darasa (o/or ma); daraja
CLASSROOM darasa (o/or ma)
CLAY udongo
CLEAN, TO *v* safisha *v*
CLEANLINESS usafi
*CLEAR *-eupe; *-dhahiri; *-kinaganaga
    (*used in adj. phrases)
CLEAR LAND, TO *v* fyeka *v*
CLERK karani (o/or ma)
*CLEVER *hodari (*word used in adj.
    phrases)
CLEVERNESS werevu
CLIFF(S) genge (ma-)
CLIMB A TREE, TO *v* kwea *v*
CLOAK joho (ma-)
CLOCK saa (o/)
CLOSE, TO *v* funga *v*
CLOTH kitambaa (vi-); nguo (o/)
CLOTH (NYLON) kitambaa cha naylon
CLOTH (SILK) kitambaa cha hariri
CLOTHING STORE duka la nguo
CLOVES karafuu (o/)
CLOUD(S) uwingu(mawingu)
COAL kaa (ma-)
COAST pwani (o/)
COASTLINE mwambao
COAT koti (ma-)
COCONUT nazi (o/)
COCONUT (young) dafu (ma-)
COCONUT PALM mnazi (mi-)
COCONUT PALM FROND kuti (ma-)
COFFEE kahawa (o/)
COFFEE BEANS buni (o/)

COINS sarafu (o/)
COLD baridi (o/)
COLD (illness, head *or* chest) mafua
COLD WATER maji ya baridi
COLDNESS baridi
COLLECT, TO *v* kusanya *v*
COLLECT HONEY, TO *v* rinaasali *v*
COLLIDE, TO *v* gongana *v*
COLOR rangi (o/)
COMB chana
COMB HAIR, TO *v* kitana (vi-)
COME, TO *v* - ja *v*
COME, TO (from a place) *v* toka *v*
COME NEAR, TO *v* karibu *v*
COME UPON/DISCOVER *v* fumania *v*
COMFORT, TO *v* pumbaza *v*
COMFORTABLE, TO BE *v* starehe *v*
COMANDER-IN-CHIEF OF AN
    ARMY/GENERAL amri majeshi (o/or
    ma)
COMMISSIONER kamishna(o/or ma)
COMMODITIES bidhaa (o/)
COMMONWEALTH Madola
COMPANY kampuni (o/or ma-); shirika (o/
    or ma-)
COMPARE, TO *v* linganisha/linga *v*
COMPARE WITH, TO *v* lingana *v*
COMPASSION rehema (o/)
COMPASS POINT dira (o/)
COMPENSATION fidia (o/)
COMPETE, TO *v* shindana *v*
COMPETITION mashindano
COMPLETE *v* hitimisha *v*; timia *v*
*COMPLETE *kamili; *timamu (*word used
    in adj. phrases)
COMPLICATE, TO *v* tatiza *v*
COMPOSE, TO *v* tunga *v*
COMPOSITION utungo(tungo); insha (o/)
COMPROMISE suluhu (o/)
COMPULSION sharti (o/or ma)
CONCEPT dhana (o/)
CONCEIT majivuno
CONCRETE thabiti
CONDITION/STATE OF BEING hali (o/)
CONFUSE, TO *v* tatiza *v*
CONSIDER, TO *v* zingatia *v*
CONSTITUTION katiba (o/)
CONSUL balozi (o/or ma)
CONSULT, TO *v* shauri *v*
CONTACT itisali (o/)
CONTENT mawazo; maudhui
CONTEXT muktadha

CONTINENT kontinenti
CONTINUE, TO *v* endelea *v*
CONVENTION kaida; takalidi
CONVERSE, TO *v* zungumza *v*
CONVERSATION mazungumzo
COOK(S) mpishi (wa-)
COOK, TO *v* pika *v*
COOL, TO *v* burudisha *v*
COOL SEASON (June-August) kipupwe
COOL SEASON kusi
COOPERATE, TO *v* shirikiana *v*
COOPERATION shirika (o/or ma)
COOPERATIVE shirika (o/or ma)
COPPER shaba (o/)
COPY nakala (o/)
COPY, TO *v* nakili *v*
CORN mahindi/muhindi
CORNER pembe (o/)
CORRECT, TO *v* sahihisha *v*
CORRUGATED IRON (roofing sheets) bati
        (ma-)
COSTUME(S) lebasi *sing* malebasi/lebasi *pl*;
        mavazi
COTTON pamba (o/)
KANGA (cotton material with four borders,
        used in women's clothes) kanga (o/)
COTTON (printed) kitenge (vi-)
COTTON (plain white) bafta (o/)
COUGH, TO *v* kohoa *v*
COUNCILLOR diwani (o/or ma)
COUNT, TO *v* hesabu *v*
COUNT hesabu (o/)
COUNTRY nchi (o/)
COURT YARD kiwanja/uwanja
COVER, TO *v* funika *v*
COVER,A kifuniko (vi-)
COW ng'ombe (o/)
COWARD, ONE WHO IS AFRAID mwoga
        (wa-)
CRAB kaa (o/)
CRACKERS fataki (o/)
CRATER bonde (ma-)
CREAM krimu (o/)
CREATED THING(S) kiumbe (vi)
CREED imani (o)
CRITICISM uhakiki
CROCODILE mamba (o/)
CROSS, TO BECOME *v* kasirika *v*
CROSS, THE Msalaba
CROSSROAD njia (ya) panda
CROWBAR mtarimbo (mi-)
CRUMPLING mmomonyoko (mi-)

CRUSH, TO *v* ponda *v*
CULTIVATE, TO *v* lima *v*
CUNNING ujanja
CUP kikombe (vi-)
CUPBOARD kabati (ma-)
CURE, TO *v* pona *v*
CURED, TO BE *v* pona *v*
CURRY mchuzi (mi-)
CURTAIN pazia (ma-)
CUSHION mto (mi-)
CUSTOM desturi (o/)
CUSTOM (FEE) ushuru (o/)
CUSTOM (TRADITION) mila (o/); kawaida
        (o/)
CUSTOMER(S) mnunuzi (wa-)
CUT, TO *v* -katika *v*; kata *v*
CUT WOOD, TO *v* chanja *v*
CUTTING (A SHOOT) mche (mi-)

D

DAMAGE hasara (o/)
DAMAGED, TO BE *v* haribika *v*
DANCE (TRADITIONAL) ngoma (o/)
DANCE (WESTERN) dansa/dansi (o/)
DANCE, TO *v* cheza *v*
DANGER hatari (o/)
DARKNESS giza (o/)
DATE tarehe (o/)
DATES tende (o/)
DAUGHTER binti (o/or ma)
DAY siku (o/)
DAY AFTER TOMORROW kesho kutwa
DAY BEFORE YESTERDAY juzi
DAYTIME mchana
*DEAR (expensive) *ghali (*word used in
        adj. phrases: nguo ghali)
*DECEITFUL *-danganyifu (*word used in
        adj. phrases: mtu mdanganyifu)
DECIDE, TO *v* kata shauri *v*; amua *v*
DECISION shauri (o/or ma); uamuzi
DECORATION pambo (ma-)
DEER paa (o/)
DEGREE digrii (o/); shahada (o/)
DEMOCRACY demokrasi
DEMON zimwi (o/or ma); pepo (o/or ma)
DEMONSTRATION maandamano
DEPARTMENT idara (o/)
DEPEND, TO *v* tegemea *v*
DESCENT ukoo (koo)
DESIGN nakshi (o/)
DESIRE hamu (o/); tamani

DESIRES matashi
DESK deski (ma-)
DESPAIR, TO *v* kata tamaa *v*
DESTRUCTION uharibifu
DEVELOP, TO *v* endeleza *v*
DEVELOPMENT maendeleo
DEVICE hila (o/); mzungu(mi-)
DEVIL(S)/GENIE(S) jini (ma-)
DEVOTION mapenzi
DHOW dau (ma-); jahazi (ma-); meli (o/)
DIAGRAM kielezo (vi-)
DIAMOND almasi (o/or ma-)
DICTIONARY kamusi (o/or ma-)
DIE, TO *v* fariki *v*; -fa *v*
DIFFERENCE hitilifu (o/)
DIFFICULTY shida (o/); taabu (o/); tatizo
    (ma-)
DIGGING uchimbaji
DIG UP, TO *v* chimbua *v*
DINING ROOM chumba cha kulia; chumba
    cha chakula
DINNER chakula cha jioni; kilalio; kijio
DIRECTOR(S) mkurugenzi (wa-)
*DIRTY *-chafu (*word used in adj. phrases:
    maji machafu)
DISCOVER SOMEONE DOING WHAT THEY
    SHOULDN'T fumania *v*
DISCRIMINATORY ubaguzi
DISEASE maradhi; ugonjwa (magonjwa)
DISH chombo (vy-)
DISTANCE mwendo (nyendo)
DISTRESS dhiki (o/)
DISTRICT mkoa (mi-); wilaya (o/)
DISTRIBUTE, TO *v* gawanya *v*
DISTURBANCE msukosuko (mi-)
DIVIDE, TO *v* gawa *v*; gawanya *v*
DIVISION PROBLEMS hesabu za
    kugawanya
DIVORCE talaka (o/)
DIVORCE, TO *v* acha *v*; taliki *v*
DO, TO *v* fanya *v*
DOCTOR daktari (o/or ma-); mganga (wa-);
    tabibu (ma-)
DOG mbwa(o/)
DOLL bandia (ma-); sanamu (ma-)
DOLLAR dola (o/); dolari
DOMINION mamlaka (o/); enzi (o/)
DONKEY punda (o/or ma)
DOOR mlango (mi-)
DORMITORY bweni (ma-)
DOWN chini
DRAG, TO *v* kokota *v*

DRAMA mchezo wa kuiga; mchezo wa
    kuigiza; tamthilya
DRAW (art) chora; (water) chota
DRESS kanzu (o/)
DRESSMAKER(S) mshoni/ mshonaji (wa-)
DRINK kinywaji (vi-)
DRINK, TO *v* nywa *v*
DRINKING GLASS gilasi (o/or ma); bilauri
    (o/or ma-)
DRIVE, TO *v* endesha *v*
DRIVE AWAY BIRDS, TO *v* winga *v*
DRUG STORE *see* CHEMIST'S
DRUM ngoma (o/)
DRUM, (SHALL FLAT) tari (o/)
DRY, TO (hang up to) *v* anika *v*; kauka *v*
DRY FISH samaki mkavu
DUCK (or DRAKE) bata (o/or ma)
DUTY wajibu (o/)
DUTY, TAX ushuru (o/)
DWELLING PLACE maskani (o/)
DYSENTERY tumbo la kuhara

E

EAR shikio/sikio (ma-)
EARLY mapema
EARRINGS herini (o/)
EAST mashariki
EAST AFRICA Afrika (ya) Mashariki
*EASY (also inexpensive) *rahisi (*word
    used in adj. phrases: kazi rahisi)
EASTER Pasaka
EAT, TO *v* -la *v*
ECONOMIST(S) mtaalamu uchumi (wa-)
EDITOR mhariri (wa-)
EDGE kando (o/) ukingo (kingo)
EDUCATED, TO BE *v* elimika *v*
EDUCATION elimu (o/)
EDUCATION DEPARTMENT Idara ya Elimu
EFFORT juhudi (o/)
EGG yai (ma-)
EGYPT Misri
ELAND pofu (o/)
ELDER BROTHER kaka (o/or ma)
ELDER SISTER/SISTER dada (o/or ma)
ELECTION uchaguzi
ELEMENTARY SCHOOL shule ya chini;
    shule ya msingi
ELEPHANT ndovu (o/); tembo (o/)
ELOQUENCE ufasaha
EMBASSY ubalozi
EMPHASIZE, TO *v* sisitiza *v*

EMPLOY, TO *v* ajiri *v*
END, AN kikomo (vi-)
END, THE mwisho
END, TO *v* hitimisha *v*; isha *v*; koma *v*;
    maliza *v*
ENDEAVOR juhudi
ENGINEER mhandisi (wa-)
ENGLAND Uingereza
ENGLISH Kiingereza
ENGLISHMAN(MEN) Mwingereza (wa-)
ENTANGLE, TO *v* tatiza *v*
ENTANGLEMENT tatizo
ENTER, TO *v* ingia *v*
ENTERTAINMENT anasa (o/); tafrija (o/)
ENVELOPE bahasha (o/)
EPIC POEM utenzi(tenzi)
EQUAL sawasawa
ERROR kosa (ma-)
ESPECIALLY hasa
ESSAY insha
ESTABLISH ONE'S SELF, TO *v* stakiri *v*
ESTIMATED, TO BE *v* kadirika *v*
EUROPE Ulaya
EUROPEAN/OF EUROPEAN
    EXTRACTION/WHITE MAN mzungu
    (wa-)
EVIDENT dhahiri
EVILNESS uovu
EXAMINE, TO *v* zingatia *v*
EXAMINATION mtihani (mi-)
EXAMPLE mfano (mi-); methali/ mithali
    (o/)
EXCAVATION uchimbaji
EXCHANGE, IN badala
EXERCIZE(S) zoezi (ma-); tamrini (o/)
EXERCIZE BOOK daftari (o/or ma)
EXCITEMENT tafrija
EXPECT, TO *v* taraji *v*
EXPENSE gharama (o/)
EXPENSES matumizi
*EXPENSIVE *ghali (*word used in adj.
    phrases: vitu ghali)
EXPERIENCE maarifa
EXPERT bingwa (o/or ma)
EXPLAIN, TO *v* eleza *v*
EXPLOIT, TO *v* nyonya *v*
EXPLORER(S) mvumbuzi (wa-)
EXTEND ONE'S SELF, TO BE ABLE TO *v*
    mudu *v*
EXTINGUISH, TO *v* zima *v*
EXTRACT, TO *v* ng'oa *v*
EYE(S) jicho (macho)

EYEGLASSES miwani (o/)

F

FACE(S) sura (o/); uso (nyuso)
FACTORY kiwanda (vi-)
FAITH imani
FALL DOWN, TO *v* anguka *v*
FAMILY PLANNING uzazi bora
*FAMOUS *mashuhuri (*word used in adj.
    phrases mtu mashhuri)
FAR mbali
FARE nauli (o/)
FARM shamba (ma-)
FARMER(S) mkulima (wa-)
FARM PRODUCE zao (ma-)
*FAT *-nene (*word used in adj. phrases:
    mtoto mnene)
FAT, TO BECOME *v* nenepa *v*
FATHER/FATHER'S GENERATION baba (o/
    or ma)
FATHER'S YOUNGER BROTHER baba
    mdogo *sing* mababa wadogo *pl*
FAUCET mfereji (mi-)
FAVORED afadhali
FEATURE sura; umbo
FEAR, TO *v* -cha *v*; ogopa *v*; khofu/ hofu *v*
FEE ada (o/); karo
FEEL, TO *v* hisi *v*
FEEL, TO (touch) *v* papasa *v*
FEEL COLD, TO *v* ona baridi *v*; sikia baridi
    v; hisi baridi *v*
FENCE(S) ua (nyua)
FERTILITY rutuba
FEVER homa
*FEW *haba; *-chache (*word used in
    adj.phrase vitu vichache/haba)
FIELD konde(o/,ma-)
FIFTY-CENT PIECE thumni
FIGHT, TO *v* pigana *v*
FILL, TO *v* jaza *v*
FILL IN, TO *v* ziba *v*
FILLING STATION (gas)garaji/gereji(o/or
    ma-)
FIND, TO *v* kuta *v*
FINDINGS uchunguzi
FINGER(S) kidole (vi-)
FINISH, TO *v* isha *v*
FIREWORKS fashifashi
FISH, TO *v* vua *v*
FISH, A samaki (o/)

FISH (or meat) EATEN AS A MAIN DISH
kitoweo; kiteweo (vi-)
FISH HOOK ndoana (o/)
FISHING LINE mshipi (mi-)
FISHING SPEAR unda (nyunda)
FISHING TRAP dema (ma-); jarife (ma-)
FITTING suluhu (o/)
FLAG bendera (o/or ma-)
*FLIMSY *hafifu (*word used in adj.
phrases: chakula hafifu)
FLOOD mafuriko (ya maji)
FLOWER(S) ua (maua)
FLOURISHING usitawi
FLY SWATTER/FLY WHISK mwigizo (mi-)
FOLKTALE hadithi ya desturi za watu wa
kale/ngano
FOLLOW, TO *v* andama *v*; fuata *v*
FOOD chakula (vy-)
FOOL mjinga (wa-)
FOOT unyayo (nyayo)
FOOTBALL (soccer) futboli
FOOTBALL FIELD (soccer field) kiwanja cha
mpira
FORBID, TO *v* kataza *v*
FOREIGNER(S) mgeni (wa-)
FOREST pori (ma-); mwitu (mi-)
FORGET, TO *v* sahau *v*
FORK uma (ny-)
FORM utungo (tungo); sura; umbo
FOUNDATION msingi (mi-)
FOUR-LINE VERSE rubaiyati (o/)
FRACTION sehemu (o/)
FRANCE Ufaransa
FRANKINCENSE ubani
FREEDOM uhuru
FRENCH Kifaransa
FRESH WATER maji matamu
FRIEND rafiki; sahibu
FRIEND (term used by female to refer to
female friend only) shoga (o/or ma)
FRIGIDAIRE (refrigerator) mtambo wa
barafu sanduku; joko la barafu; friji
FROG(S) chura (vy-)
FRONT mbele
FRUIT tunda (ma-)
FRUIT (specifically of the nambutan tree)
shokishoki
FULL, TO BE *v* shiba *v*
FULLY GROWN, TO BE *v* komaa *v*

G

GAIN (profit) faida
GALLON galani
GAME mchezo
GAME (a specific one, similar to "chess")
bao
GAME (a specific one, similar to "checkers"
or "draughts") dama
GAME (a specific one, similar to
"tiddley-winks" played with two pieces
of wood) kipande
GAME (a specific one, played by children, in
which one team tries to knock down a
pile of stones and build its own tower
without being caught by its defenders)
nage
GAME OF CHANCE bahati nasibu
GARDEN bustani
GARAGE garaji//gereji
GARAGE OWNER(S) mwenye gereji/garaji
sing wenye gereji/garaji *pl*
GAZELLE swala
GEMSTONE (colored) kito cha rangi
GENIE(S) jini (ma-)
GENTLEMAN bwana (o/or ma);
mwungwana/muungwana
GEOGRAPHY Jiografia
GET, TO *v* pata *v*
GET OFF, TO *v* teremka *v*
GET ON, TO *v* panda *v*
GET UP, TO *v* ondoka *v*
GHEE samli
GHOST zimwi (o/or ma)
GIFT zawadi
GIN jin
GIRL(S) msichana (wa-); mtoto wa kike
(wa-); mtoto mwanamke *sing* watoto
wanawake *pl*
GIRAFFE twiga (o/)
GIVE, TO *v* - pa *v*
GLEE CLUB tarabu (o/)
GLORY utukufu
GO, TO *v* enda *v*
GOAL(in football [aka. soccer]) goli (o/ma-);
shabaha
GOD Mngu/Mungu (o/or mi)
GOLD dhahabu (o/)
*GOOD *-ema; *-zuri

GOODBYE kwaheri

GOOD MORNING/AFTERNOON/EVENING (form of respectful address, probably to an elder person) shikamoo

GOODS bidhaa (o/)

GO ON THE PILGRIMAGE TO MECCA, TO *v* hiji *v*

GOVERN, TO *v* tawala *v*

GOVERNMENT serikali (o/)

GOVERNMENT (at local level) serikali ya mitaa

GOVERNMENT (at regional level) serikali ya mikoa

GOVERNMENT (at national level) serikali ya taifa; serikali kuu

GRAINS nafaka (o/)

GRAMMAR sarufi/serufi (/)

GRASS majani

GRATEFUL, TO BE *v* shukuru *v*

GRAVE kaburi(ma-)

GRANDFATHER babu (o/or ma)

GRANDMOTHER bibi (o/or ma); nyanya (o/ or ma)

*GREAT *-adhimu (*word used in adj. phrases)

GREAT GRANDCHILD(REN) kitukuu (vi-)

GREAT-GREAT GRANDCHILD(REN) kirembwe (Vi-)

GREET, TO *v* amkia *v*; salimia *v*

GREETINGS maamkio (o/)

GROUP (a small one) kikundi (vi-)

GUARD, TO *v* hifadhi *v*

GUEST(S) mgeni (wa-)

GUIDANCE uongozi

GUIDE TO GO RIGHT, TO *v* ongoa *v*

GUN bunduki (o/)

H

HALF nusu (o/)

HALL ukumbi (kumbi)

HAPPEN, TO *v* tokea *v*

HAPPINESS furaha (o/)

HAPPY, TO BECOME *v* furahi *v*

HAPPY, TO MAKE (someone else) *v* furahisha *v*

*HARD *-gumu (*word used in adj. phrases: swala gumu)

HARTEBEEST kongoni (o/)

HARVEST(S) vuno (ma-)

HARVEST, TO *v* vuna *v*

HAT kofia (o/)

HATE, TO *v* chukia *v*

*HAVING/POSSESSING (either thing(s) or quality(ies)) *-enye (*word used in adj. phrases)

HAVE A LOOK IN, TO *v* chungulia *v*

HAWK mwewe (o/)

HEAD kichwa (vi-)

HEADGEAR kilemba (vi-)

HEADMAN/CHIEF jumbe (o/or ma)

HEADMASTER OF A SCHOOL mkubwa/mkuu wa shule

HEALTH afya

HEAR, TO *v* sikia *v*

HEART(S) moyo (nyoyo)

HEAT joto (o/)

HEAVEN mbinguni

*HEAVY *-zito (*word used in adj. phrases: kiti kizito)

HEAVY RAINS' SEASON masika

HELP msaada

HELP, TO *v* saidia *v*

HESITATE, TO *v* sita *v*

HIDE-AND-SEEK foliti (o/)

*HIGH *-refu (*word used in adj. phrases: mlima mrefu)

HIGH COURT Mahkama Kuu

HIGHWAY barabara (o/or ma-)

HILL kilima (vi-)

HIRE, TO *v* kodi *v*

HISTORY historia; tarikhi

HIT, TO *v* piga *v*; gonga *v*

HOLD, TO *v* shika *v*; kamata *v*

HOLD TOGETHER/HAVE A HOLD ON ushikamano

HOLIDAY sikukuu

HOME nyumbani

HONESTY uaminifu

HONOR maungwana

HONOR, TO *v* heshimu *v*; adhimisha *v*

HONORABLE mheshimiwa

HOPE, TO *v* tumai *v*

HOPSCOTCH mchezo wa majumba

HORIZON upeo wa macho

HORSE MACKEREL kolekole (o/)

HOST(S) mwenyeji (wenyeji-)

HOSTESS *same as* HOST

HOT SEASON kiangazi

HOT WATER maji ya moto

HOTEL OWNER(S) mwenye hoteli (wenye)

HOUR saa (o/or ma-)

HOUSE nyumba (o/)

HOWL, TO (in rejoicing) *v*; piga vigelegele *v*

*HOW MANY? *-ngapi? (*word used in adj. phrases: watoto wangapi?)
HUNGER njaa (o)/
HUNT, TO v winda v
HURRY haraka (o/)
HURT, TO (one's self) v umwa/uma v; dhuru v
HURT, TO (someone else) v umiza v
HUSBAND(S) bwana (o/or ma); mume (waume)
HUT kibanda (vi-)
HYENA fisi (o/or ma)

I

ICE barafu (o/)
IDEOLOGY imani (o/)
IDOL sanamu (o/or ma-)
IGNORE, TO v dharau v
IGNORANCE ujinga
ILLNESS ugonjwa (ma-)
*IMPORTANT *-adhimu; *-muhimu (*word used in adj. phrases)
IMPROVEMENT (RELIEF) nafuu (o/)
IN A LINE safu (o/)
IN AN ORDERLY WAY nidhamu (o/)
*IN THE MANNER OF . . . *ki + (noun stem) (*word used in adj. phrases: kienyeji)
INCH inchi
INCIDENT TO BE REMEMBERED kumbukumbu
INCREASE, TO v zidisha v; ongeza v
INDEPENDENCE uhuru
INDIA Bara Hindi
INDIAN(S) Mhindi (Wa-)
INDIVIDUAL binafsi
*INEXPENSIVE *-rahisi (*word used in adj. phrases: vitu rahisi)
INFECTIOUS DISEASE ugonjwa wa kuambukiza
INFORM, TO v arifu v
INHABITANT(S) mwananchi (wa-)
INHERIT, TO v rithi v
INHERITANCE urithi
INITIATION RITE(S) mzungu (mi-)
INJECTION, TO GIVE v piga sindano v
INK wino
INKLING ufununu
IN-LAW(S) mkwe (wa-)
INSECT(S) mdudu (wa-)
INSIDE ndani
INSPECT, TO v kagua v

INSPECTOR(S) mkaguzi (wa-)
INSTEAD badala
INSTRUCT, TO v agiza v; funda v
INSTRUCTION funzo (ma-)
INSTRUMENT, (a particular stringed one) kinanda (vi-)
INSULT, TO v tukana v
INSURANCE FIRM chama cha bima (vyama vya..)
INTEND, TO v azimu v
INTELLIGENCE akili (o/)
*INTELLIGENT *hodari (*word used in adj. phrases: mtoto hodari)
INTENTION azma /azima
INTERNATIONAL RELATIONS, THE STUDY OF Elimu ya Uhusiano wa Mataifa
INTERPRETER(S) mkalimani (wa-)
INTRODUCE, TO v julisha v
INTRODUCTION utangulizi
INVALID(S) mwele (waele); mgonjwa (wa-)
INVESTIGATION uchunguzi
INVITE, TO v alika v
IRON chuma (vy-)
IRON, TO (as in "to iron clothes") v piga pasi v
ISLAND(S) kisiwa(vi-)
IVORY pembe(o/)

J

JEW(S) Myahudi (wa *or* ma)
JEWEL kito
JOY furaha
JUDGE jaji (o/or ma)
JUDICIARY
JUG(S) birika (ma-)
JUSTICE haki (o/)

K

KENYAN Mkenya (Wa-)
KETTLE birika
KEY(S) ufunguo (funguo)
KIND namna (o/); aina (o/)
KINDNESS huruma
KINDS, DIFFERENT aina kwa aina
KING/CHIEF jumbe (o/or ma)
KINGFISH nguru (o/)
KITCHEN jiko (majiko/meko)
KNEE(S) goti (ma-)
KNIFE kisu (vi-)
KNIT, TO v fuma v

KNOW, TO *v* jua *v*
KNOWLEDGE ujuzi (o/); maarifa (o/); elimu
    (o/)
KNOWN julikana
KORAN, THE Kurani
KORAN, A Msahafu (Mi-)

L

LADDER ngazi (o/)
LADY mama (o/or ma); bibi (o/or ma)
LAKE(S) ziwa (ma-)
LAMP(S) taa (o/)
LAND ardhi(o/)
LANGUAGE lugha (o/)
*LARGE *-kubwa (*word used in adj,
    phrases: ardhi kubwa)
LARGENESS ukubwa
LAST, TO *v* dumu *v*
LAST mwisho
LAST YEAR mwaka uliopita/jana
LATE, TO BE *v* kawia *v*; chelewa *v*
LATER halafu
LAUNDRYMAN dobi (o/or ma)
LAW sheria (o/)
LAWYER(S) mwanasheria (wa-)
*LAZY *-vivu (*word used in adj. phrases:
    mtu mvivu)
LEADER(S)/GUIDE(S) kiongozi (vi-.)
LEADERSHIP uongozi
LEAF jani (ma-)
LEAGUE OF NATIONS Ushirika wa Mataifa
LEARN, TO *v* jifunza *v*
LEAVE, TO *v* ondoka *v*; wacha/acha *v*
LEAVES *see* LEAF *pl*
LECTURE, TO *v* hutubu *v*
LECTURE, A hotuba (o/)
LEDGER daftari (o/or ma)
LEG (including FOOT) *see* FOOT
LEGEND hekaya ya kubuniwa; hadithi ya
    kubuniwa
LEMON(S) limau(ma-)
LEND, TO (to be replaced) *v* kopesha *v*
LEND, TO (to be returned) *v* azima *v*
LENGTH urefu
LEOPARD chui (o/or ma)
LESS, TO GET *v* pungua *v*
LESSON(S) somo (ma-)
LETTER(S) barua(o/)
LIBRARY maktaba(o/)
LID kifuniko(vi-)

LIGHT (as in "a light" *or* LAMP) taa;
    mwangaza
*LIGHT (as in "not heavy/difficult") *hafifu;
    *-epesi (*word used in adj.phrases
    kitambaa chepesi)
LIGHT UP, TO *v* waka *v*; washa *v*
LIKE, TO *v* penda *v*
LINEAGE(S) ukoo (koo)
LINGUISTICS Elimu ya Lugha isimu
LION simba (o/or ma)
LIP mdomo (mi-)
LIQUOR kangara; pombe (o/); ulevi (o/)
LIST orodha (o/)
LISTEN, TO *v* sikiliza *v*
LITTLE (few in number) haba
LIVE, TO *v* kaa *v*; ishi *v*
*LIVELY *-changamfu (*word used in adj.
    phrases: mtu mchangamfu)
LIVELY, TO MAKE ONE *v* changamsha *v*
LIVING ROOM chumba cha kuzungumzia
LOAD, TO *v* pakia *v*
LOAF OF BREAD mkate (mi-)
LOCAL PERSON(S) mwenyeji (wenyeji)
LOG gogo (ma-)
LOIN CLOTH WORN BY MEN shuka
*LONG *-refu (*word used in adj. phrases:
    nyumba ndefu)
LONG AGO zamani
LOOK, TO *v* tazama *v*
LOOK AFTER/AT, TO *v* angalia *v*
LOOK DOWN, TO *v* dharau *v*
LOSE, TO *v* poteza *v*
LOSS hasara
LOST, TO GET *v* potea *v*
LOTTERY bahati nasibu
LOUDSPEAKER kikuza sauti
LOVE mapenzi; pendo
LOVE, TO *v* penda
*LOW *-fupi (*word used in adj. phrases:
    njia fupi)
LUCK hadhi (o/); bahati (o/)
LUGGAGE mzigo (mi-)
LUNCH chakula cha mchana
LUNG pafu (ma-)

M

MACHINE mtambo (mi-); mashine
MADAM, MISS, MRS. mama (o/or ma); bibi
    (o/or ma)
MAGAZINE jarida (ma-)
MAINLAND bara (o/or ma-)

MAINTAIN, TO *v* dumisha *v*
MAKE, TO *v* fanya *v*
MAKE A MISTAKE, TO *v* kosa *v*
MAKE A PHONE CALL, TO *v* piga simu *v*
MALARIA homa ya malaria
MAN/MEN mwanamme/mwanamume *sing*
    wanaume *pl*
MAN WHO CALLS FOR PRAYERS muadhini
MAN WHO CLIMBS A COCONUT PALM
    mkwezi (wa-)
MANGO embe (o/or ma)
MANGROVE mkoko (mi-)
MANNERS adabu (o/)
MANURE mbolea (o/)
*MANY *-chungunzima; *-ingi/-engi (*word
    used in adj. phrases: watu wengi)
MAP ramani (o/)
MARKET soko (ma-)
MARRIAGE ndoa (o/)
MARRIED, TO BE (of a woman) *v* olewa *v*
MARRY, TO (for a man) *v* oa *v*
MASK kifuniko (vi-_)
MAT mkeka (mi-)
MATCH, TEAM mechi (o/)
MATCHES kibiriti/kiberiti (vi-)
MATERIAL kitambaa (vi-)
MATERNAL SIDE OF A FAMILY kuukeni
MATTER jambo (mambo)
MATHEMATICS Elimu ya Hesabu; Elimu ya
    Hisabati
MEANING maana (o/)
MEASLES shurua/surua (o/)
MEASURE, TO *v* pima *v*
MEASUREMENT kipimo (vi-)
MEAT nyama (o/)
MEAT *or* FISH EATEN WITH A MAIN DISH
    kitoweo (vi-)
MEAT PASTIES sambusa(o/)
MEDICINE dawa (o/or ma-)
MEET, TO *v* kutana *v*; onana *v*
MEETING itisali (o/) mkutano (mi-)
MEMBER(S) mwanachama (wa-)
MEMBER(S) OF PARLIAMENT mbunge (wa-)
MEMBERSHIP uanachama
MEN'S TOILET choo cha wanaume (vyoo
    vya . . .)
MERCY rehema
MESSAGE agizo (ma-)
METEOROLOGIST(S) mtabiri wa hewa (wa-)
MICA ulanga (o/)
MILE maili (o/)
MILK, TO *v* kama *v*

MILK maziwa (o/)
MILL kinu (vi-)
MINE shimo (ma-); chimbo (ma-)
MINERAL madini /maadeni(o/)
MINISTER waziri (o/or ma)
MINISTRY wizara (o/)
MINISTRY OF EDUCATION wizara ya elimu
MINISTRY OF LABOR wizara ya kazi
MINISTRY OF TOURISM wizara ya watalii
MINUTE dakika(o/)
MIRROR kioo(vi-)
*MISER *bahili; *-bakhili (*word used in
    adj. phrases)
MISS, TO *v* kosa *v*
*MISCHIEVOUS *-tundu (*word used in adj.
    phrases: mtoto mtundu)
MISTAKE kosa (ma-)
MONEY pesa (o/or ma-); (coin/silver) fedha
    (o/); (paper money) noti (o/or ma-)
MONTH mwezi (miezi)
MORE zaidi
MORNING asubuhi
MORTAR kinu
MOZAMBIQUE Msumbiji
MOSQUE msikiti(mi-)
MOSQUITO mbu (o/)
MOSQUITO NET chandarua (vy-)
MOTHER/OF MOTHER'S GENERATION
    mama
MOTHER'S BROTHER(S)/MATERNAL
    UNCLE(S) mjomba (wa-)
MOTORCYCLE pikipiki (o/or ma-)
MOUNTAIN mlima (mi-)
MOUTH kinywa (vi-)
MOVE, TO *v* sogea *v*
MOVE FROM, TO *v* hama *v*
MOVE TO, TO *v* hamia *v*
MOVIE senema/sinema
MISTER (abbreviation: Mr.); bwana
    (abbreviation: Bw.)
MUD tope (o/or ma); udongo
MULE nyumbu (o/)
MULTIPLICATION PROBLEMS hesabu za
    kuzidisha; hesabu za mara
MULTIPLY, TO *v* zidisha *v*
MUSLIM(S) Muislamu (Wa-)

N

NAME(S) jina (majina)
NARRATE, TO *v* hadithia *v*; simulia *v*
NARRATOR(S) msimulizi (wa-)

*NARROW *-embamba (*word used in adj.
  phrases: njia nyembamba)
NARROWNESS wembamba
NATION **umma (singular only)
NATIONAL ASSEMBLY Baraza la Taifa;
  Halmashauri ya Taifa
NATIONAL FESTIVAL sikukuu ya taifa
NATIONAL PARK mbuga (o/)
NATIONALITY taifa (o/or ma)
NATIVE(S) mwenyeji (wenyeji)
NAUGHTY -tundu
NEAR karibu
NECESSARY lazima
NECK shingo (o/)
NECKLACE kidani (vi-)
NEED haja (o/)
NEEDLE shindano/sindano(o/)
NEIGHBOR jirani (o/or ma)
NEPHEW(S) mpwa (wa-)
NET(S) wavu (nyavu)
*NEW *-pya (*word used in adj. phrases:
  nguo mpya)
NEWS habari (o/)
NEWSPAPER gazeti (ma-)
NEW TESTAMENT Agano Jipya
NEXT YEAR mwakani; mwaka ujao
NIECE(S) *same as* NEPHEW(S)
NO la
NO DOUBT bila shaka
NOISE kishindo (vi-); kelele (ma-)
NONSENSE upuuzi
NORTH kaskazini
NORTHEAST MONSOON kaskazi
NOSE pua (o/)
NOTION ufununu
NOVEL riwaya(o/)
NUCLEAR WEAPONS silaha za viini
NUMBER namba/nambari(o/or ma-)
NUMBERING tarkimu
NURSE(S) muuguzi/muuguzaji (wa-)
NURSERY chumba cha watoto
NURSING uuguzaji
NUTRITION lishe

O

OBLIGATION lazima
OBLIGED, TO BE *v* lazimu
*OBSTINATE *-kaidi (*word used in adj.
  phrases: mtu mkaidi)
OBTAINABLE, TO BE *v* patikana *v*
OCEAN bahari (o/)

OCTOPUS pweza (o/)
OFFERRING tambiko (ma-)
OFFICE ofisi/afisi
*OFFICIAL *rasmi (*word used in adj.
  phrases: taarifa rasmi)
OFTEN aghlabu
OIL mafuta
*OLD *-kukuu; *-kuukuu (*word used in
  adj. phrases: viatu vikukuu)
OLD AGE uzee
OLD PERSON(S) mzee (wa-)
ON CONDITION/COMPULSION sharti (o/or
  ma)
ONE WHO INCREASES mkuza (wa-)
WHO LEADS THE SINGING AT DANCES
  manju (o/or ma)
ONION kitunguu (vi-)
OPEN, TO *v* fungua *v*
*OPEN *-wazi (*word used in adj. phrases:
  mlango uwazi)
OPEN OUT, TO *v* chanua *v*
OPEN SPACE uwanja
OPPORTUNITY nafasi (o/)
OPPOSITE SIDE mkabala
ORAL TRADITION mapokeo ya mdomo
ORANGE chungwa (ma-)
ORDER, TO *v* agiza *v*
ORGANIZATION (ARRANGEMENT)
  nudhuma
ORIGIN asili (o/)
OSTRICH mbuni (o/)
*OTHER *-ingine (*word used in adj.
  phrases: watu wengine)
OUGHT (something which one OUGHT to
  do/to be required to do something) *v*
  bidi *v*
OUTSIDE nje
OVERCAST, TO BE *v* tanda *v*
OVERCOME, TO *v* shinda *v*
OWE, TO *v* dai *v*
OWN, TO *v* miliki *v*
OYSTER chaza (o/)

P

PAGE(S) ukarasa/ukurasa (kurasa)
PAIR jozi(o/)
PAIN maumivu
PAPER karatasi (o/or ma-)
PARABLE fumbo (ma-)
PARENT(S) mzazi (wa-); mzee (wa-)
PARK bustani(o/or ma-)

PART/FRACTION sehemu (o/)
PARLIAMENT bunge(o/or ma-)
PARLIAMENT BUILDING bunge
PARTY (as in group entertainment) karamu
PARTY (as in political organization) chama
PASS, TO v pita v
PASSENGER abiria (o/or ma)
PASSENGER CAR gari la abiria
PASSPORT paspoti/pasi (o/)
PASTURE malisho
PATERNAL SIDE OF FAMILY kuumeni
PATIENCE subira (o/)
PAW PAW/PAPAYA papai (ma-)
PAY, TO v lipa v
PAYMENT(S) lipo (ma-)
PEACE suluhu; amani; ***hodi (***word
      used to draw attention to a visitor at
      the door.)
PEACEFUL salama (o/)
PEAK kilele (vi-)
PEANUTS karanga (o/); njugu (o/)
PEAR peya (ma-)
PEAS mbaazi (o/)
PEEL, TO v menya v
PEEP, TO v chungulia v
PEN kalamu (o/)
PENCIL kalamu/penseli(o/)
PENNY peni (o/or ma-)
PEOPLE **umma (singular only)
PEOPLE watu
PERFUME mafuta mazuri
PERIOD OF TIME muda (o/); kipindi (vi-)
PERMISSION ruhusa (o/)
PERMIT, TO v ruhusu v
PERSIAN(S) Muajemi (Wa-)
PERSON(S) mtu (wa-)
PETROL (gasoline) petroli
PHASE kipindi (vi-); awamu (o/)
PHILOSOPHY falsafa
PHOTOGRAPH, TO v piga picha v
PICK UP, TO v chukua v
PICKED UP FROM THE GROUND, TO BE v
      okota v
PICTURE picha (o/or ma-)
PIG nguruwe (o/)
PILE, A SMALL kifurushi/kikundi
PILL kidonge (vi-)
PILLAR nguzo (o/)
PILLOW mto (mi-)
PILLOWCASE foronya (o/)
PINEAPPLE nanasi (ma-)
PIT shimo (ma-); chimbo (ma-)

PLACE mahali /mahala/mwahala/pahala
      (o/)
PLAIT, TO v suka v
PLANK(S) ubao (mbao)
PLANT mche (mi-); mmea (mi-)
PLANT/FACTORY kiwanda (vi-)
PLANTATION shamba (ma-)
PLATE sahani (o/or ma-)
PLAY mchezo (mi-)
PLAY, TO v cheza v
PLAYER(S) mchezaji (wa-)
PLEASE tafadhali
PLEASING, TO BE v pendeza v
PLEASURE, TO GO OUT FOR (to take a
      walk) v tembea v
LAND, A PLOT OF kiwanja (vi-)
PLUNDER, TO v nyang'anya
POCKET BOOK mkoba (mi-)
POEM shairi (ma-)
POET(S) mshairi (wa-)
POLE boriti (o/or ma-)
POLICEMAN askari (o/or ma)
POLICE STATION stesheni ya polisi
POLICY tume (o/)
POLISH, TO v ng'arisha
POLITICAL SCIENCE Elimu ya Siasa
POLITICIAN(S) mwanasiasa (wa-)
POLITICS siasa /siyasa (o/)
POLITICAL PARTY chama cha siasa
POOL hodhi (ma-)
*POOR (in quality) *hafifu (*word used in
      adj. phrases)
PORRIDGE (fluid like gruel) uji (nyuji)
PORRIDGE (stiff like grits) ugali/ugari
PORT/HARBOR bandari (o/)
PORTER(S) mchukuzi (wa-); mpagazi (wa-)
PORTUGUESE Mreno (Wa-)
POSITION hadhi (o/)
POST CARD postkadi (o/or ma-)
POST OFFICE posta; afisi ya posta
POTATO mbatata (o/); kiazi /kiazi Ulaya
      (vi-)
POTSHERD gae (ma-)
POUND (weight) ratili (o/)
PRAISE sifa (o/)
PRAISE, TO v sifu v
PRAISE BE TO GOD Alhamdulilah
PRAY, TO v sali v; omba v
PRAYER BOOK chuo cha sala
PRECEDE, TO v tangulia v
PREFERRED afadhali
PREGNANT WOMAN mjamzito (wajawazito-)

PREPARE, TO *v* tengeneza *v*
PREPARE LAND, TO *v* fyeka *v*
PRESERVE, TO *v* hifadhi *v*
PRESIDENCY ikulu (o/)
PRESIDENT raisi/rais (o/or ma-)
PRESS, THE (reporters, photographers, etc.)
    waandishi wa magazeti/warasili
PREVENT, TO *v* zuia *v*
PREY windo (ma-)
PRICE bei (o/)
PRIDE fahari (o/)
PRIME MINISTER(S) Waziri Mkuu *sing*
    Mawaziri Wakuu *pl*
PRINCIPLE kanuni (o/); msingi (mi-)
PRINT hati (o/)
PRINT, TO *v* piga chapa *v*; chapisha *v*
PRINTING PRESS mtambo wa kupiga chapa
PRIZE zawadi (o/)
PROCESSED, TO BE ABLE TO BE *v*
    shindika; sindika
PRODUCE, TO *v* zaa *v*
PROFIT faida (o/)
PROGRAM mpango (mi-); barnamiji (o/)
PROGRESS maendeleo
PROMISE, A ahadi (o/)
PROMISE, TO *v* ahidi *v*
PRONOUNCE, TO *v* tamka *v*
PROPAGANDA porojo (o/)
PROPER, TO BE *v* pasa *v*
PROSE nathari (o/)
PROSPERITY ufanisi
PROTECT, TO *v* hifadhi *v*
PROVERB fumbo (ma-); methali/ mithali
    (o/)
PROVINCE wilaya (o/)
PROVINCE/STATE jimbo (ma-)
PSYCHOLOGY Elimu ya Nafsi
PULL, TO *v* vuta *v*
PULLING TOGETHER harambee
PUNISHMENT adhabu (o/)
PUSH, TO *v* sukuma *v*
PUT, TO *v* weka *v*
PUT IN, TO *v* tia *v*
PUT IN ORDER, TO *v* tengeneza *v*
PUT ON, TO *v* vaa *v*
PUT OUT, TO; EXTINGUISH *v* zima *v*
PUT TOGETHER, TO *v* tunga *v*
PUT UP (YOUR) HAND, TO *v* nyosha
    mkono *v*
PYRETHREUM pareto (o/)
PYTHON chatu (o/)

Q

QUANTITY kiasi; idadi
QUARREL, A ugomvi; mzozo (mi-)
QUARTER robo (o/)
QUESTION swala/swali/suali (ma-)
QUICK upesi
QUIETNESS upole
QUR'AN, THE *see* KORAN, THE

R

RACIALISM ukabila
RADICAL CHANGES mapinduzi
RADIO(S) redio (o/)
RAILWAY STATION stesheni ya gari moshi
RAIN mvua (o/)
RAIN, TO *v* nyesha *v*
RAINCOAT koti la mvua
RAINY SEASON, LIGHT vuli
RAINY SEASON, HEAVY masika
RAISE, TO *v* panda *v*
RAISE UP, TO *v* inua *v*
RANK daraja (o/or ma); cheo (vyeo)
RATTLE, A kayamba (o/or ma-)
*RAW *-bichi (*word used in adj. phrases:
    ndizi mbichi)
RAY taa (o/)
READ, TO *v* soma *v*
READY, TO *v* tayarisha *v*
REAR, TO *v* lea *v*
REALIZE, TO *v* tambua *v*
REBUKE, TO *v* gomba *v*
RECOGNITION utambuzi
RECOGNIZE, TO *v* tambua *v*
RECONCILE, TO *v* patanisha *v*
RECONCILIATION suluhu
RECORDS (phonograph) sahani ya santuri;
    rekodi
*RED *-ekundu (*word used in adj. phrases:
    nguo nyekundu)
REEF mwamba (mi-); ufuo
REFRESH, TO *v* burudisha *v*
REFUGEE mkimbizi (wa-)
REFUSE, TO *v* kataa *v*
REGION mkoa (mi-)
REGISTRAR msajili (wa-)
REINFORCE, TO *v* tilia nguvu *v*
REJOICE, TO *v* shangilia *v*
RELATED TO EACH OTHER, TO BE *v*
    husiana *v*
RELATIVE jamaa (o/)

RELIGION dini (o/)
RELIGIOUS SCHOLAR mwanachuoni (wa-)
REMAIN baki
REMEMBER, TO *v* kumbuka *v*
REMOVE, TO *v* ondoa *v*
REMOVED, TO BE *v* ondolewa *v*
RENT, TO *v* kodi *v*
REPAIR, TO *v* tengeneza *v*
REPEAT, TO *v* rudia *v*
REPEATED, TO BE *v* rudiwa *v*
REPLY jawabu (o/); jibu (ma-)
REPRESENTATIVE(S) mjumbe (wa-)
    mmathili (wa-)
REPUBLIC Jamhuri (o/)
REQUEST, TO *v* agiza *v*
RESEMBLE, TO *v* fanana *v*
RESPECT heshima (o/)
RESPECT, TO *v* heshimu *v*
RESPONSIBILITY(IES) daraka (ma-)
RESPONSIBILITY wajibu (o/)
REST, TO *v* pumzika *v*
RESTAURANT mkahawa (mi-)
RETAIL PRICE bei ya rejareja
RETURN, TO (one's self) *v* rudi *v*
RETURN, TO (something else) *v* rudisha *v*
REVIEW kariri
REVOLUTION mapinduzi
REVOLUTION COUNCIL Baraza la
    Mapinduzi
RHINOCEROS kifaru (vi-)
RHINOCEROS HORN kipusa (vi-)
RICE (COOKED) wali (o/)
RICE (HUSKED) mchele (mi-)
RICE (UNHUSKED) mpunga (mi-)
RIDE, TO *v* panda *v*
RIGHT/TRUTH haki (o/)
RIGHTEOUS BEHAVIOR adili (o/or ma-)
RIGHTEOUS CONDUCT uadilifu
RING pete (o/)
RING THE BELL, TO *v* piga kengele
*RIPE *-bivu (*word used in adj. phrases:
    ndizi mbivu)
RIVER mto (mi-)
ROAD njia(o/) barabara (o/or ma-)
ROAR (m)ngurumo (mi-)
ROBE kanzu (o/)
ROCK jabali (ma-)
ROCK COD chewa (o/)
ROOF, TO (as in "to ROOF a house") *v*
    ezeka *v*
ROOT mzizi (mi-) shina (ma-)
ROOM chumba (vy-)

ROPE kamba (o/)
RUBBER mpira (mi-)
RUG zulia (ma-)
RUIN gofu (ma-)
RULE mamlaka (o/); utawala (tawala)
RULES sheria (o/)
RUN, TO *v* kimbia *v*
RUN AWAY, TO *v* toroka *v*
RUNNER mwendambio (wa-)
RUSSIAN(S) Mrusi (Wa-)

S

SAFE salama (o/)
SAILING BOAT mashua (o/)
SATIATED, TO BE *v* shiba *v*
SALAD saladi
SALARY mshahara (mi-)
SALESMAN(MEN) mchuuzi (wa-)
SAND mchanga (o/)
SARDINES dagaa (o/)
SATIRE kichekesho na mzaha
SAUCEPAN sufuria (o/or ma)
SAUCER kisahani (vi-)
SAY, TO *v* sema/nena
SCHOLAR(S) mtaalamu (wa-); mwanazuoni
    (wa-)
SCHOOL shule/skuli (o/or ma-)
SCHOOL (originally class) chuo (vy-)
SCHOOL FEE ada ya shule
SCRATCH, TO *v* kwaruza *v*
SCRIBBLE, TO *v* chora *v*
SCORN, TO *v* kejeli *v*
SEA bahari (o/)
SEASON majira ya hewa
STONE SEAT JOINED TO THE OUTSIDE
    WALL OF A HOUSE ki-baraza (vi-)
SEE, TO *v* ona *v*
SEEDS mbegu (o/)
SEEN, TO BE *v* onekana
SELECT, TO *v* chagua *v*
SELF peke; binafsi
SEND, TO *v* tuma *v*; peleka *v*
SENSE akili (o/)
SEPARATE, TO *v* achana *v*
SERVANT(S) mtumishi (wa-)
SETTLE AN ARGUMENT, TO *v* amua *v*
SETTLEMENT maskani (ma-); makazi (ma-)
SEW, TO *v* shona *v*
SHAKE, TO *v* tikisa *v*
SHAPE umbo (ma-)
SHARE, TO *v* shirikiana *v*

SHARK papa (o/)
SHEEP kondoo (o/)
SHEET shuka (o/)
SHELF rafu (o/or ma-)
SHELLS kaure (o/)
SHIELD ngao (o/)
SHILLING shilingi (o/)
SHIP meli (o/)
SHINE, TO MAKE *v* ng'arisha *v*
SHIRT shati (ma-)
SHOE kiatu (vi-)
SHOE REPAIRER/COBBLER fundi wa viatu
SHOE STORE duka la viatu
SHOOT (of a plant) mche (mi-)
SHOP duka (ma-)
SHOPKEEPER(S) muuzaji (wa-); mwenye
    duka (wenye)
SHORE pwani (o/)
*SHORT *-fupi (*word used in adj. phrases:
    nguo fupi)
SHORTAGE upungufu
SHORTS suruali kipande; suruali fupi;
    kaptura
SHOULDER bega (ma-)
SHOW LIGHT, TO *v* mulika *v*
SIBLING: 1. (actual, classificatory) ndugu
    (o/); 2. (sibling of opposite sex from
    speaker, i.e., "brother" if said by girl;
    "sister" if said by boy) umbu (o/); 3.
    ("sibling suckled at the same breast";
    twin, *or* close) ndugu wa kunyonya (o/)
SIKH Kalasinga (o/or ma)
SILVER fedha (o/)
SING, TO *v* imba *v*
SISAL PLANT mkonge (mi-); mkatani (mi-)
SISTER dada (o/or ma); ndugu wa kike
SISTER-IN-LAW (used only by female) wifi
    (o/or ma)
SIT, TO *v* kaa *v*
SIT DOWN, TO *v* kaa kitako *v*
SIZE ukubwa
SKILL ufundi; ustadi
SKIN ngozi (o/)
SKIRT skati (o/or ma); teitei (o/or ma)
SLAUGHTER, TO *v* chinja *v*
SLAVE(S) mtumwa (wa-)
SLEEP usingizi
SLEEP, TO *v* lala *v*
SLIP shumizi (o/or ma-)
SLOPE mteremko (mi-)
*SLOW *-zito (*word used in adj. phrases:
    meza nzito)

SLOWNESS upole
*SMALL *-dogo (*word used in adj. **phrases:**
    nyumba ndogo)
SMALLNESS udogo
SMALL DISH kibakuli (vi-)
SMALL LUMP kidonge (vi-)
SMALL POX ndui (o/)
SMEAR, TO *v* paka *v*
SMOKE moshi (o/)
SMOKE, TO *v* vuta *v*
SNAKE nyoka(o/)
SNATCH, TO *v* nyang'anya *v*
SNOW theluji (o/)
SOAP sabuni (o/)
SOCCER soka/ mchezo wa futboli
SOCIAL ORGANIZATION jamaa
SOCIALISM ujamaa
SOCIOLOGY Elimu ya Habari za
    Jamaa/jamii
SOCIAL WORKER Mstawisha jamii (wa-)
SODA ASH magadi
SOLID EXCRETA choo kikubwa; mavi
SOME baadhi
SONG (S) uimbo (nyimbo)
SOUP supu
SOUTH kusini
SOUTHWEST MONSOON kusi
SPACESHIP chombo cha angani
SPANISH (person) Mspenish (wa-)
SPEAK, TO *v* sema *v*
*SPECIAL *maalumu (*word used in adj.
    phrases: jambo maalum)
SPECIALIST(S) mtaalamu (wa-)
SPEECH usemi
SPLIT, TO (wood) *v* chanja *v*
SPINEFOOD (a type of fish) chafi (o/)
SPIRIT mzimu (mi-)
SPOON kijiko (vi-)
SPRAY, TO *v* piga bomba *v*
SPRAIN, TO *v* tetereka *v*
SPREAD, TO *v* tawanya *v*; sambaza *v*
SPREAD OUT, TO *v* tanda *v*
SPROUT, TO *v* chipua *v*
SQUARE MILES maili za eneo
SQUEEZE, TO (liquid) *v* kama *v*
SQUEEZE, TO *v* bana *v*
STAGE daraja (o/or ma)
STAIRS ngazi
STAMP stempu
STAND OVER, TO *v* simamia *v*
STAND UP, TO *v* simama *v*
START TO GROW, TO *v* chipua *v*

STATE (condition) hali (o/)
STATE (as in one of the United States) jimbo
STATE OF THE WEATHER hali ya hewa
STATION stesheni (o/)
STATUE sanamu (o/or ma-)
STATUS cheo (vy-)
STAY, TO *v* kaa *v*
STEPS ngazi (o/); kidaraji
STEP hatua (o/)
STEP-FATHER baba wa kambo
STEP-MOTHER mama wa kambo
STICK jiti (majiti)
STILL (not yet) bado
STIPULATION sharti (o/or ma)
STOMACH tumbo (ma-)
STONE(S) jiwe (mawe)
STONE (jewel) kito (vi-)
STOOL kibao (vi-)
STOP kituo (vi-)
STORE(S) duka (ma-)
STOREROOM ghala (o/or ma)
STORY hadithi (o/)
STORY/STOREY (of a building) ghorofa (o/)
STRANGER(S) mgeni (wa-)
STRAW FOR BRAIDING/PLAITING ukili (kili)
STREAM kijito (vi-)
STREET njia (o/); barabara (o/or ma-)
STRETCH OUT, TO *v* nyosha *v*
STRIKE, A mgomo (mi-)
STRIKE, TO (metal) *v* fua *v*
STRIKE, TO *v* goma *v*; piga *v*
STRING, TO *v* tunga *v*
STRING(S) uzi (nyuzi)
STRUCTURE muundo (mi-); nudhuma (o/)
STUCK, TO BE *v* kwama *v*
STUDY, TO *v* jifunza *v*
STUDENT(S) mwanafunzi (wa-)
STYLE OF DRESS mshono (mi-)
SUBJECT darasa (o/or ma)
SUBTRACT, TO *v* toa/towa *v*
SUBTRACTION PROBLEMS hesabu za kutowa/toa
SUCCEED, TO *v* faulu *v*; fuzu *v*
SUCCESS ufanisi
SUCK/EXPLOIT, TO *v* nyonya *v*
SUFFICE, TO *v* tosha *v*
SUGAR sukari (o/)
SUGAR CANE muwa (mi-)
SUIT, TO *v* pendeza *v*
SUITCASE sanduku (ma-)

*SULKY *-sununu (*word used in adj. phrases mtu msununu)
SUMMER kiangazi; kaskazi
SUN jua
SUNRISE (the sun's act of rising) *v* cha *v*
SUNSET (the sun's act of setting) *v* chwa *v*
SUPERVISE, TO *v* simamia *v*
SUPERVISOR(S) msimamizi (wa)
SUPPER chakula cha jioni
SUPPOSE, TO *v* dhani *v*
SURPRIZED, TO BE *v* staajabu *v*; shangaa *v*
SURPRIZED, TO BE ABLE TO BE *v* staajabika *v*
SURPRIZING, TO BE *v* staajabika *v*
SWAHILI LANGUAGE Kiswahili
SWAHILI SPEAKER(S)/ETHNIC SWAHILI(S) Mswahili (Wa-)
SWAHILI RESEARCH INSTITUTE Chama cha Uchunguzi wa Lugha ya Kiswahili
SWEAT jasho (ma-)
SWEATER suweta (ma-)
SWEEP, TO *v* fagia *v*
*SWEET *-tamu (*word used in adj. phrases: chakula kitamu)
SWEET PASTRY andazi (ma-)
SWEET POTATO kiazi kitamu
SWIM, TO *v* ogelea *v*
SWING, A pembea (o/or ma-); bembea
SWORD(S) upanga (panga)
SYLLABLE (RHYME) kina (vi-)
SYLLABUS silibasi (o/)
SYMPATHY huruma (o/)
SYNAGOGUE sinagogi (ma-)

T

TABLE(S) meza (o/)
TAILOR(S) mshoni/ mshonaji (wa-)
TAKE AWAY, TO *v* toa/ towa *v*
TAKE CARE, TO *v* tunza *v*; angalia *v*
TAKE OFF, TO *v* vua *v*
TAKE OUT, TO *v* toa/ towa *v*
TAKE A STROLL, TO *v* tembea *v*
*TALL *-refu (*word used in adj. phrases: jumba refu)
TANK tanki/tangi (o/or ma-)
TANZANIAN(S) Mtanzania (Wa-)
TAP/FAUCET mfereji (mi-)
TASTE ladha (o/)
TAX kodi (o/)
TEA chai (o/)

TEACH, TO v fundisha v
TEACHER(S) mwalimu (wa-)
TEACHERS' COLLEGE Chuo cha
    Ualimu/Walimu
TEAM(S) mechi (o/); timu (o/)
TEAPOT(S) birika (o/or ma-)
TECHNOLOGY ufundi
TELEGRAPH simu ya hati
TELEPHONE simu (o/)
TELEPHONE SOMEONE, TO v pigia simu v
TELESCOPE darubini (o/)
TELL, TO v ambia v
TELL, TO (narrate) v simulia v; hadithia v
TEMPLE hekalu (ma-)
TENT khema/hema (ma-)
THANK, TO v shukuru v
THANK YOU asante/asanta/ahsante (o/)
THE LATE marehemu (o/)
THEN halafu
THEORY fafanusi (o/)
*THICK *-nene (*word used in adj. phrases:
    kitabu kinene)
THIEF (THIEVES) mwizi (wezi)
*THIN *-embamba (*word used in
    adj.phrases: kijana mwembamba)
THIN, TO BECOME v konda v
THINK, TO v fikiri v; dhani v
THINNESS wembamba
THIRST kiu
THOUGHT fikara/fikira (o/); wazo (ma-)
THREAD uzi (nyuzi)
THROAT koo (o/)
TICKET tikti (o/)
TIE tai (o/)
TIME wakati (nyakati)
TIME (clock) saa
TIME (opportunity) nafasi
TIME (a period of) zama; mara
TIME THE SUN SETS, THE magharibi
TIN (METAL) bati (o/)
TIN CUP kopo (ma-)
TIRED, TO BECOME v choka v
TITLE OF AN ELDER PERSON(S) mzee (wa-)
TOBACCO tumbaku (o/)
TODAY leo
TOILET choo
TOMORROW kesho
TONGUE ulimi (ndimi)
TOOTHBRUSH mswaki (mi-)
TOP kilele (vi-)
TORTOSE SHELL gamba la kasa
TOTAL jumla

TOUCH gusa
*TOUGH *-shupavu (*word used in adj.
    phrases: mtu mshupavu)
TOURIST(S) mtalii (wa-)
TOWEL taula (o/)
TOWN mji (mi-)
TRADE biashara (o/)
TRADITION mila (o/)
TRADITION (oral) mapokeo
TRAIN treni (o/); gari la moshi; gari moshi
TRAINING(S) funzo (ma-)
TRANSLATE, TO v fasiri v
TRANSLATION tafsiri (o/)
TRAVEL, TO v safiri v
TRAVELLER(S) msafiri (wa-)
TREE mti (mi-)
TREASURE hazina (o/)
TREASURER(S) mhasibu (wa-)
TREAT A PATIENT, TO v tibu v
TREMBLE, TO v tetemeka v
TRENCH tuta (ma-)
TRIBALISM ukabila
TRIBE kabila (o/or ma-)
TRICK hila (o/)
TRIP safari (o/)
TROUSERS suruali (o/)
TRUMPET tarumbeta (o/or ma-)
TRUNK sanduku (ma-)
TRUST, TO v amini v
TRUST amana (o/)
TRUSTEESHIP SYSTEM (under the charter
    of the United Nations) Utaratibu wa
    Udhamana wa Mkataba wa Umoja wa
    Mataifa
TRUTH haki
TRUTHFULNESS ukweli
TRY, TO v jaribu v
TRY ON, TO v linga v
TUNE sauti (o/)
TURBAN kilemba (vi-)
TURN AROUND, TO v zunguka v
TWIST, TO v sokota v

U

UGANDAN(S) Mganda (Wa-)
*UGLY *-baya (*word used in adj. phrases:
    tabia mbaya)
ULULATE, TO v piga vigelegele v
UMBRELLA mwanvuli/mwamvuli (mi-)
UNDERSHIRT fulana (o/)
UNDERSTAND, TO v fahamu v; elewa v

UNDERSTANDING masikilizano
UNION umoja; muungano
UNITE, TO *v* unga *v*; unganisha *v*
UNITED NATIONS Umoja wa Mataifa
UNITED REPUBLIC Jamhuri ya Muungano
UNITY umoja; muungano
UNIVERSE ulimwengu
UNIVERSITY chuo kikuu (vyuo vikuu)
UNLOAD, TO *v* pakua *v*
UNTIL mpaka
*UNRIPE *-bichi (*word used in adj. phrases: embe mbichi)
*UNYIELDING *-shupavu (*word used in adj. phrases: mtu mshupavu)
UP juu
UPBRINGING malezi
URINE choo kidogo; mkojo
USE, TO *v* tumia *v*
USE utumizi
USE, TO BE OF *v* faa *v*

V

VACCINATE, TO *v* chanja *v*
VALLEY bonde (ma-)
VALUE thamani (o/)
VEGETABLE mboga (o/)
VEHICLE gari (o/or ma-)
VEIL (worn by pudah women) buibui (ma-)
VENDOR(S) muuzaji (wa-)
VERB kitendo (vi-)
VERSE shairi (ma-); ushairi
VERSE IN FIVE LINES takhmisa (o/)
VERSE IN THREE LINES tathlitha (o/)
VERSE IN FOUR LINES tarbiya (o/)
VERSE, ONE ubeti (beti)
VESSEL chombo (vy-)
VEST kizibau (vi-)
VESTIBULE ukumbi (kumbi)
VETRINARY MEDICINE udaktari wa maradhi ya wanyama
VICE-PRESIDENT makamu wa rais (o/)
VIEW mandhari (o/)
VILLAGE kijiji (vi-)
VISA viza/taashira (o/)
VISIT, TO *v* zuru *v*
VISIT, A ziara (o/)
VISITOR(S) mgeni (wa-)
VOICE sauti (o/)
VOLUNTARY hiari (o/)
VOLUNTARY WORK kazi ya hiari
VOMIT, TO *v* tapika *v*

VOTE kura (o/)

W

WAIL, TO *v* piga vigelele *v*
WAIST kiuno (vi-)
WAISTCOAT kizibau (vi-)
WAIT, TO *v* ngojea/ngoja *v*
WAIT PATIENTLY, TO *v* subiri *v*
WAKE UP, TO *v* amka *v*
WALL ukuta (kuta)
WALNUT jozi (o/)
WANT, TO *v* taka *v*
WAR vita (o/)
WARNING onyo
WASH CLOTHES, TO *v* fua nguo *v*
WATCH, TO *v* tazama *v*
WATCH (WRISTWATCH/CLOCK) saa (o/)
WATCH REPAIRER fundi wa saa
WATER maji(o/)
WATERMELON tikiti (ma-)
WATERPOT mtungi (mi-)
WAX nta (o/)
WAY (road) njia (o/)
WAY OF DOING THINGS mwendo (nyendo)
*WEAK *-dhaifu (*word used in adj. phrases: hali dhaifu)
WEALTH utajiri
WEAPON silaha (o/)
WEAR, TO *v* vaa *v*
WEDDING arusi/harusi
WEDDING DANCE mavugo
WEED, TO *v* palilia *v*
WEEK wiki (o/); juma (ma-)
WELCOME, TO *v* karibisha *v*
WELCOME (reply to 'shikamoo') marahaba
WELCOME! karibu!
WELL, A kisima (vi-)
*WELL *-zima (*word used in adj. phrases: Yeye mzima)
WEST magharibi
*WHAT/WHICH *-gani (*word used in adj. phrases: chakula gani?)
WHILE, A kitambo
WHIP kiboko (vi-)
WHISKEY wiski
*WHITE *-eupe (*word used in adj. phrases: kitambaa cheupe)
*WHOLE *-zima (*word used in adj. phrases: siku nzima)
*WHOLE LOT OF, A *-chungunzima (*word used in adj.phrases: vitu

chungunzima)
WHOLESALE PRICE bei ya jumla
*WIDE *-pana (*word used in adj. phrases:
    viatu vipana)
WIDEN, TO *v* panuwa *v*
WIDTH upana
WIFE bibi (o/or ma); mke
WIN shinda *v*
WIND upepo
WIND INSTRUMENT, A zumari (ma-)
WINDOW dirisha (ma-)
WINE mvinyo (o/)
WIPE, TO *v* pangusa *v*
WIRE waya (o/)
WISDOM hekima (o/)
WITHOUT bila
WOLF mbwa wa mwitu (o/)
WOMAN (WOMEN) mwanamke (wanawake)
WOMEN'S TOILET choo cha wanawake
WOOD bao/kibao (mbao)
WORD neno (ma-)
WORK kazi (o/)
WORK, TO *v* fanya kazi *v*
WORK, TO (on metal)*v* fua *v*
WORKER, SKILLED fundi (o/or ma)
WORLD ulimwengu; dunia (o/)
*WORN-OUT *kuukuu/*-kukuu (*word
    used in adj. phrases: nguo kukuu)
WORSHIP, TO *v* abudu *v*
WORSHIP ibada (o/)
WRITE, TO *v* andika *v*
WRITER(S) mwandishi (wa-)
WRITING hati (o/); maandishi
WRITTEN COMPOSITION insha (o/)

X

XYLOPHONE marimba (o/)

Y

YEAR mwaka (mi-)
YES naam; ndiyo
YESTERDAY jana
YOUTH(S) kijana (vi-)

Z

ZEBRA punda milia (o/)
ZANZIBAR Unguja